青春与世 W9-BDZ-745

外语 100 句丛书

泰国语 *100* 句

李 健 易朝晖 编著

策划：上海世博会事务协调局
共青团上海市委员会
上海外语教育出版社

外教社

上海外语教育出版社

图书在版编目（CIP）数据

泰国语100句/李健，易朝晖编著.
—上海：上海外语教育出版社，2005
(青春与世博同行外语100句丛书)
ISBN 7-81095-483-0

Ⅰ.泰… Ⅱ.①李…②易… Ⅲ.泰语-口语
Ⅳ.H412.94

中国版本图书馆CIP数据核字（2004）第121737号

中国2010年上海世博会会徽使用
已获得上海世博会事务协调局准许

出版发行：上海外语教育出版社
（上海外国语大学内） 邮编：200083
电　　话：021-65425300（总机）
电子邮箱：bookinfo@sflep.com.cn
网　　址：http://www.sflep.com.cn http://www.sflep.com
责任编辑：支顺福

印　　刷：上海长阳印刷厂
经　　销：新华书店上海发行所
开　　本：787×965 1/32 印张 6.875 字数 194千字
版　　次：2005年6月第1版 2005年6月第1次印刷
印　　数：5 000册

书　　号：ISBN 7-81095-483-0 / G・284
定　　价：12.00元

序

世博会素有"经济、文化、科技领域奥林匹克"之称，是全球顶级盛会之一。2002年12月3日的申博成功，是全中国人民的长久心愿和热切期盼。筹备2010年上海世博会是一项综合性很强的系统工程，需要政府和广大人民的共同努力。

中国2010年上海世博会为上海新世纪的发展提供了重要机遇：它是提高城市综合竞争力，促进全面建设小康社会，加快社会主义现代化进程的强劲动力；同时也是塑造城市精神，更新城市面貌，提升市民素质的难得契机。面对机遇，上海各行各业已经行动起来了：世博会与上海新一轮发展大讨论、世博会场馆规划设计国际研讨会、世博会会歌征集活动、在新加坡举行的"激情上海，魅力世博"主题活动、"难忘申博"征文评选活动、世博会会徽设计研讨会、世博会与上海法治化论坛、迎世博文明行动……各项筹备工作正在紧张有序地进行。

上海立志要将2010年世博会办成一届成功、精彩、难忘的世博会，要让来自世界各地的众多参展国代表在上海度过最难忘的六个月。筹备中国2010年上海世博会给上海提出了前所未有的严峻挑战：它将对城市整体实力和市民综合素质进行一次全面检验，它要求世博会的工作人员、服务人员和广大上海市民都应该具备与外宾沟通和交流的能力。

为推广世博会"理解、沟通、欢聚、合作"的理念，围绕"城市，让生活更美好"的世博主题，响应"青春与世博同行"的时代呼唤，本着普及外语知识、增强青年人的外语表达能力、提升城市整体形象的宗旨，激励青少年刻苦学外语，时刻准备着，为举办上海世博会贡献青春和智慧，共青团上海市委与上海外语教育出版社共同策划出版了外教社"青春与世博同行"系列图书。该系列图书包括"外语100句丛书"、"外语300句丛书"、"行业交际英语系列丛书"、"外语口袋丛书"和《世博会英语会话》等，根据不同需要为新时代青年人迎接世博会学习外语提供了充足的图书资源。

希望广大青少年多读书，勤学习，抓住成才的机遇，挥洒青春的汗水，为世博会的成功举办贡献力量！

周禹鹏

中共上海市委常委
上海市副市长
中国2010年上海世博会执行委员会常务副主任
上海世博会事务协调局局长

目 录

泰国语学习,从这里起步……

1. สวัสดีคะ คุณจาง

您好，张先生。

基本句型

สวัสดี...，你好 /...สวัสดี，再见

语法精讲

สวัสดี 在泰语中为叹词，问候语。可以表示寒暄，也可以表示“告别”、“再见”。该词没有时态和地点的限制，可以用于任何时间和任何情况下。

举一反三

1. สวัสดีคะ คุณเฉิน
   你好，陈先生。
2. สวัสดีครับ คุณหลี่
   你好，李小姐。
3. สวัสดีคะ คุณสมศักดิ์
   你好，颂萨先生。
4. สวัสดีครับ คุณจินตนา
   你好，金达娜小姐。
5. ท่านอาจารย์ สวัสดีค่ะ
   老师，再见。

情景会话

--- สวัสดีคะ คุณจาง ไม่ได้เจอกันตั้งนาน
你好，张先生。好久没见了？

--- สวัสดีครับ คุณหลี่ ดีใจมากที่ได้พบกัน

你好，李小姐。见到你很高兴。

--- สวัสดีค่ะ คุณสมศักดิ์ สบายดีไหม

你好，颂萨先生。近来好吗？

--- ผมสบายดีครับ คุณล่ะครับ?

我很好，你呢？

--- ดิฉันก็สบายดี แต่งานยุ่งอยู่สักหน่อยค่ะ

我也很好，就是工作有点忙。

单词一览

สวัสดี ว. 你好；再见	เจอ ก. 遇见，碰到
คุณ น. 你；先生；女士；小姐	นาน ว. 久，长久
คะ ค่ะ ว. 呼应词（女性使用）	ดีใจ ว. 高兴
ครับ ว. 呼应词（男性使用）	พบ ก. 碰到 遇到
อาจารย์ น. 老师	สบาย ว. 舒适，舒服
มาก ว. 多，很多	ไหม ว. 吗？
ผม สรรพ. 我（男性）	ดิฉัน สรรพ. 我（女性）
แต่ สัน. 但是	ยุ่ง ว. 忙

文化点滴

泰国位于亚洲中南半岛中部，东与柬埔寨毗邻，东北与老挝交界，西和西北与缅甸为邻，南与马来西亚接壤，东南临泰国湾，西南濒安达曼海。面积51.3万多平方公里。人口6308.2万（2003年）。

2.

สบายดีไหม ?

近来好吗？

基本句型

...ไหม ，……吗？

语法精讲

...ไหม 用于句尾表示疑问，要求对方作出肯定或否定的回答。但不用于过去的或正在进行的事，也不用于否定句。

举一反三

1. เช้านี้มีเรียนไหมครับ

   今天上午有课吗？

2. คุณเข้าใจไหมครับ

   你明白吗？

3. ภาษาไทยออกเสียงยากไหมครับ

   泰语发音难吗？

4. คุณไปไหมคะ

   你去吗？

5. คุณจำได้ไหมคะ

   你记得吗？

情景会话

--- มีปากกาไหมครับ

   你有笔吗？

--- มีค่ะ

有。

--- มีสีแดงไหมครับ

有红色的吗?

--- ไม่มีค่ะ

没有。

--- มีสีดำไหมครับ

有黑色的吗?

--- มีค่ะ

有。

--- ขอยืมหน่อยได้ไหมครับ

能借我用用吗?

单词一览

ออกเสียง ก. 发音	ไม่ ว. 没、没有
ยาก ว. 难	เข้าใจ ก. 明白,懂得
เช้านี้ น. 今天上午	สีแดง น. 红色
จำได้ ก. 记得	ขอ ก. 表示请求
เรียน ก. 学习	ยืม ก. 借

文化点滴

泰国人称呼对方时，习惯在对方姓名、称谓或职务前加“คุณ”以示尊重。例如: แม่--คุณแม่ 妈妈, หลี่--คุณหลี่ 李先生; คุณ 置于姓名之前，除表示尊重和礼貌外，根据被称呼人的性别和身份，还可表示“先生”、“女士”、“小姐”等。

3.

ขอฝากความคิดถึงยังคุณพ่อคุณแม่คุณ

请代我向你父母问好。

基本句型

ฝากความคิดถึง ยัง... ，向某人问好

语法精讲

ฝากความคิดถึง 为动词短语，表示向某人转达问候，ฝาก 是动词，意为"拜托"、"代为"等。ความคิดถึง 是名词词组，意为"想念"。ยัง 是前置词，表示"到……"、"达……"。

举一反三

1. ขอฝากความคิดถึงไปยังคุณนิตยา
   请代我向妮达雅问好。
2. ขอฝากความคิดถึงไปยังจางหมิง
   请代我向张明问好。
3. ขอฝากความคิดถึงยังคุณหลิว
   请代我向刘先生问好。
4. ขอฝากความคิดถึงยังอาจารย์
   请代我向老师问好。
5. ขอฝากความคิดถึงยังเพื่อน ๆ
   请代我向朋友们问好。

情景会话

--- คุณมาเมืองไทยเมื่อไรคะ
   你什么时候来泰国的？

--- เมื่อปีที่แล้วครับ
   去年。

--- คุณจะกลับปักกิ่งเมื่อไรคะ
   你什么时候回北京?

--- จะกลับเร็ว ๆ นี้เองครับ
   最近就回。

--- ขอฝากความคิดถึงยังอาจารย์และเพื่อน ๆ นะคะ
   请代我向老师和同学们问好。

--- OK ครับ
   好的。

单词一览

ฝาก	ก. 寄托,拜托	ถึง	บ. 到,达
ขอ	ก. 请(表示请求)	ปี	น. 年
ความคิดถึง	น. 想念	เพื่อน	น. 朋友
เมืองไทย	น. 泰国	ปีที่แล้ว	น. 去年
พ่อ	น. 爸爸	มา	ก. 来
เมื่อไร	ว. 什么时候	กลับ	ก. 回
แม่	น. 妈妈	ปักกิ่ง	น. 北京
เมื่อ	บ. 当……(表示过去时)	เร็ว ๆ นี้	ว. 最近

文化点滴

　　泰国素有"自由之国"、"微笑之邦"的美誉。泰国人民性情温和有礼,富有慈悲胸怀,除与笃信佛教有关外,亦深受中华文化的影响。因此,在同事、同学和朋友之间,听到互相表示祝福或转达问候之类的话,更是"家常便饭"。

4. ผมชื่อหลี่หวา
我的名字叫李华。

基本句型

ชื่อ... 名叫……

语法精讲

在泰语中 ชื่อ 既可作名词，意为“姓名”，也可作动词，意为“名叫……”。因此，判断该词在句子中的语法作用时，需根据语言环境而定。

举一反三

1. ผมชื่อเฉินเฉียง
   我（的名字）叫陈强。
2. ดิฉันชื่อมาลินี
   我（的名字）叫玛丽妮。
3. พี่ชายผมชื่อเฉินกาง
   我哥哥叫陈钢。
4. พี่สาวฉันชื่อวนิดา
   我姐姐叫瓦妮达。
5. เพื่อนผมชื่อสุภร
   我朋友叫苏朋。

情景会话

--- สวัสดีครับ
   你好！

— สวัสดีค่ะ
  你好！
— ขอโทษครับ คุณชื่ออะไรครับ
  对不起，你叫什么名字？
— ดิฉันชื่อนิตยาค่ะ
  我叫妮达雅。
— ยินดีที่ได้รู้จักครับ ผมชื่อหลี่หวาครับ
  认识你很高兴，我叫李华。
— ยินดีเช่นกันค่ะ
  我也同样很荣幸。

单词一览

ชื่อ น. 姓名，名叫	ยินดี ก. 高兴，乐意
พี่ชาย น. 哥哥	ที่ สรรพ. (关系代词)的
พี่สาว น. 姐姐	รู้จัก ก. 认识
ฉัน น. 我	เช่นกัน ว. 同样
ขอโทษ ก. 对不起	นะ ว. 语气助词
อะไร สรรพ. 什么	เล่ม น. 本(量词)

文化点滴

　　泰国人的名字在前姓氏在后，与西方人的习惯基本相同。而且泰国人的姓氏一般都比较长，例如： 玛丽妮·蒙德里萨，所以泰国人彼此称呼时，通常只叫名字，而且喜欢用小名。

5.

ผมเป็นคนจีน
我是中国人。

基本句型

เป็น + 人 + 表示国籍的名词

语法精讲

เป็น 在泰语中为系动词"是……",用于联系两个事物,表示两者是同一的,后者是对前者种类、属性、职务等所作的说明或判断。

举一反三

1. เขาเป็นคนไทย
   他是泰国人。
2. คนนั้นเป็นคนฝรั่งเศส
   那个人是法国人。
3. เด็กคนนี้เป็นคนญี่ปุ่น
   这个孩子是日本人。
4. ผมเป็นนักศึกษามหาวิทยาลัยปักกิ่ง
   我是北京大学的学生。
5. หนังสือเล่มนี้เป็นหนังสือภาษาไทย
   这本书是泰语书。

情景会话

--- คุณเป็นคนไทยใช่ไหมคะ
   你是泰国人吗?

--- ไม่ใช่ครับ ผมเป็นคนจีนครับ

不是，我是中国人。

--- เขาเป็นคนไทยใช่ไหมคะ

他是泰国人吗？

--- ไม่ใช่ครับ เขาเป็นคนเกาหลีครับ

不是，他是韩国人。

--- เด็กคนนี้เป็นคนไทยใช่ไหมคะ

这个孩子是泰国人吗？

--- ใช่ครับ เขาเป็นคนไทยครับ

对，他是泰国人。

单词一览

เป็น ก. 是

คน น. 人

จีน น. 中国

เขา สรรพ. 他

นั้น ว. 那

ฝรั่งเศส น. 法国

เด็ก น. 小孩

นี้ ว. 这

ญี่ปุ่น น. 日本

ใช่ ก. 是,是的

เกาหลี น. 韩国,朝鲜

ไม่ใช่ ก. 不是

นักศึกษา น. 大学生

มหาวิทยาลัย น. 大学

หนังสือ น. 书

文化点滴

泰国有许多外来种族，尤其是华人和华裔。所以常常可以看到一些人，长了一张地道的中国人的面孔，却说着一口纯正的泰语。更有甚者，有些西方混血儿，长得完全是“老外”的模样，却操一口比泰国人还纯正的泰语。

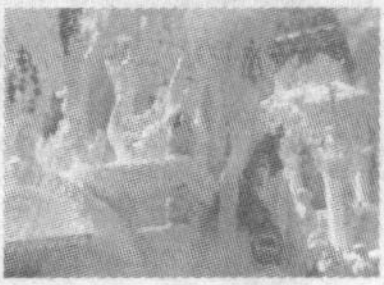

6. ผมขอแนะนำเพื่อนผมคุณไพบูลย์ครับ

我向您介绍我的朋友派汶。

基本句型

ขอแนะนำ... (แก่ ...)，向某人介绍某人

语法精讲

ขอ 在本句中表示客气和礼貌，แนะนำ表示“介绍”，是主要动词，แก่...表示“向……”、“对……”，是句子的附加成份。所以在口语里往往把后面这部分省略。

举一反三

1. ผมขอแนะนำเพื่อนผมคุณสมหวังครับ
   我向你介绍我的朋友颂旺。
2. ผมขอแนะนำเพื่อนผมคุณหลี่ตุงครับ
   我向你介绍我的朋友李东。
3. ดิฉันขอแนะนำเพื่อนสนิทคุณจิติมาค่ะ
   我向你介绍我的好朋友吉娣玛。
4. ขอแนะนำหน่อย นี่เพื่อนเราคุณจ้าวกางครับ
   (向大家) 介绍一下，这位是我们的朋友赵刚。
5. ขอแนะนำหน่อย นี่เพื่อนคนไทยเราครับ
   (向大家) 介绍一下，这是我们的泰国朋友。

情景会话

--- คุณหวัง: ผมขอแนะนำเพื่อนผมคุณประยงค์ เขาเป็นคนไทยครับ

小王：我向你介绍我的朋友巴勇先生，他是泰国人。

--- แดง: สวัสดีค่ะ คุณประยงค์ หนูก็เป็นคนไทยเหมือนกันค่ะ
　　丹：你好，巴勇先生。我也是泰国人。

--- ประยงค์: ยินดีที่ได้รู้จักครับ คุณมาเมืองจีนนานหรือเปล่า
　　巴勇：认识你很高兴。你来中国多久了？

--- แดง: หนูพึ่งมาครึ่งปีค่ะ
　　丹：我刚来半年。

--- ประยงค์: มาด้วยกันกี่คนครับ
　　巴勇：一起来了几个人？

--- แดง: เรามาด้วยกันสามคนค่ะ ขอแนะนำหน่อย นี่คุณxxกับคุณxx
　　丹：我们一起来了三个人，介绍一下，这位是××和××。

单词一览

แก่	ข. 对……,向……	กี่	ว. 几
สนิท	ว. 亲密	ก็	ส. 也, 就
นี่	สรรพ. 这	เหมือนกัน	ว. 同样
เรา	สรรพ. 我们	เมืองจีน	น. 中国
หรือเปล่า	……了吗?	พึ่ง	ว. 刚, 才
ครึ่ง	ว. 半, 一半	ด้วยกัน	ว. 一起, 共同
หนู	สรรพ. ①对儿童的称呼	สาม	น. 三
	②我(儿童或女性自称)	กับ	บ. 与, 和

文化点滴

　　泰国人彼此称谓时喜欢用谦词。例如学生对老师，晚辈对长辈，女性一般用"หนู"自称。这样既可表示谦逊又可体现亲切。另外在相互交谈时，为了表示亲切，往往直接用名字取代人称代词。

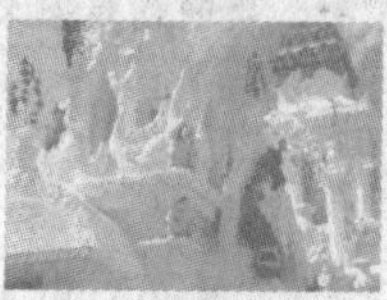

7. ยินดีต้อนรับที่มาเซี่ยงไฮ้
欢迎到上海来。

基本句型

ยินดีต้อนรับที่...，欢迎……

语法精讲

ยินดีต้อนรับ 在泰语中为动词词组，本意为"乐意迎接"，故译为"欢迎"。该词组通常用来引导一个从句，表示欢迎的内容。

举一反三

1. ยินดีต้อนรับที่ท่านมาเยือนเมืองจีน
   欢迎您来访问中国。
2. ยินดีต้อนรับที่ท่านมาเยือนสิงคโปร์
   欢迎您来访问新加坡。
3. ยินดีต้อนรับที่มาฮ่องกง
   欢迎到香港来。
4. ยินดีต้อนรับที่มาเยี่ยมที่บ้าน
   欢迎到家里来拜访。
5. ยินดีต้อนรับที่มาเที่ยวที่บ้าน
   欢迎到我家来玩儿。

情景会话

--- ยินดีต้อนรับที่มาเมืองไทย คุณมาเป็นครั้งแรก ใช่ไหมครับ
欢迎到泰国来，你是第一次来吗？

--- ใช่ค่ะ

是的。

--- คุณมาเยี่ยมญาติหรือมาเที่ยวครับ

你是来探亲还是来旅游的?

--- ดิฉันมาเรียนภาษาไทยค่ะ

我是来学习泰语的。

--- คุณเรียนที่ไหนครับ

你在哪儿学习?

--- ดิฉันเรียนที่จุฬาฯ ค่ะ

我在朱大（朱拉隆功大学）学习。

单词一览

ต้อนรับ	ก. 迎接,欢迎	ที่	บ. 在……地方
ที่...	关系副词	บ้าน	น. 家
ท่าน	สรรพ. 您,阁下	เที่ยว	ก. 游玩
เยือน	ก. 访问	ครั้ง	น. 次
ฮ่องกง	น. 香港	แรก	ว. 第一,初次
จุฬาลงกรณ์	น. 朱拉隆功大学	ญาติ	น. 亲戚
เยี่ยม	ก. 拜访	ที่ไหน	น. 在什么地方

文化点滴

　　泰国有"礼仪之邦"的雅称。泰国人十分注重礼貌、礼节,热情好客,彬彬有礼。泰国人崇尚仪式,从出生到死亡,一生要经过诸多仪式,在民俗学上称"人生礼仪"。泰国自进入近代社会以来,除了在西方文化的影响下,崇尚国际交往礼仪外,还较多地保留了本民族的传统礼仪。

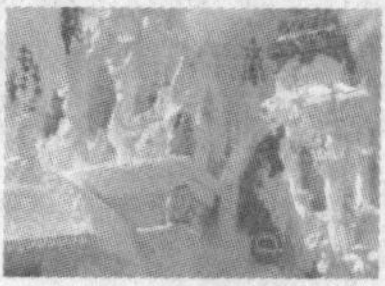

8. ยินดีที่ได้รู้จักท่าน

非常荣幸认识您。

基本句型

ยินดีที่... 非常荣幸做某事

语法精讲

ที่... 在泰语里使用非常广泛，可以表达各种不同的含意。例如：①名词，表示地点、处所；②前置词，“在……地方”；③序数词，“第……”；④关系代词，相当于汉语的“的”，可以引导一个词、词组或句子去修饰前面的名词；⑤关系副词，引导一个句子去修饰前面的动词或副词，表示原因等。

举一反三

1. ยินดีที่ได้รู้จักคุณ
   非常荣幸认识你。
2. ยินดีที่ได้โอกาสครั้งนี้
   非常荣幸能有这次机会。
3. ยินดีที่ได้โอกาสพบคุณอีก
   非常荣幸能有机会再次见到你。
4. ยินดีมากที่ท่านมาเข้าร่วมการประชุมครั้งนี้
   非常荣幸您能来参加这次会议。
5. ยินดีเป็นอย่างยิ่งที่ท่านมาร่วมงานเลี้ยงครั้งนี้
   非常荣幸您能来参加这次宴会。

情景会话

--- ยินดีเป็นอย่างยิ่งที่ได้มาปักกิ่งอีก
非常荣幸能再次来北京。

--- คุณมาปักกิ่งบ่อยไหมคะ
你经常来北京吗？

--- ไม่บ่อยครับ นี่เป็นครั้งที่สองครับ
不经常，这是第二次。

--- คุณรู้สึกปักกิ่งเป็นไงบ้างคะ
你感觉北京怎么样？

--- พัฒนาเร็วมากครับ
发展非常快。

--- วันหลังมีโอกาส ยินดีต้อนรับคุณมาอีกนะคะ
今后有机会，欢迎你再来。

--- OK ผมจะมาอีกแน่นอนครับ
好的，我一定再来。

单词一览

โอกาส	น. 机会	งานเลี้ยง	น. 宴会
มาก	ว. 多，很，非常	เป็นไง	ว. 如何，怎样
เข้าร่วม	ก. 参加，加入	บ้าง	ว. 一些
การประชุม	น. 会议	พัฒนา	ก. 发展
เป็นอย่างยิ่ง	ว. 非常	เร็ว	ว. 快
แน่นอน	ว. 肯定，一定	วันหลัง	น. 今后

文化点滴

　　中泰两国人民的友好往来源远流长。泰国拥有中国国籍的华人占泰国总人口的14%。其实，多年以来，有大量华裔居民已加入泰籍，并拥有泰人姓名。在曼谷，华人及拥有华裔血统的泰人数目几乎占人口一半。目前泰国60%的大机构及银行为华裔人士所有。

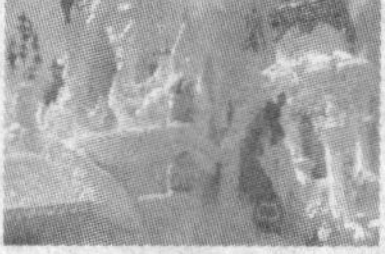

9. คุณสุพจน์มาจากเมืองไทย
苏波先生来自泰国。

基本句型

มาจาก…，从……来

语法精讲

在泰语中 มา 是主要动词。จาก 是前置词，表示“自……”，“从……”，“由……”等含意。其作用是引导后面的词组修饰前面的动词。

举一反三

1. เขามาจากฮ่องกง
   他来自香港。
2. ผมมาจากเซี่ยงไฮ้
   我来自上海。
3. คุณหลินมาจากกวางตุ้ง
   小林来自广东。
4. คุณเฉินมาจากกวางสี
   小陈来自广西。
5. คุณอู๋มาจากมาเลเซีย
   吴先生来自马来西亚。

情景会话

--- หลินฮวย: ขอแนะนำหน่อย นี่คุณประสิทธิ์ เขามาจากเมืองไทยครับ

林晖：介绍一下，这位是巴西先生，他来自泰国。

--- จิตร: สวัสดีคะ คุณประสิทธิ์ เราก็มาจากเมืองไทยเหมือนกัน
　　吉：你好，巴西。我们也来自泰国。

--- ประสิทธิ์: สวัสดีครับ ยินดีที่ได้รู้จักครับ
　　巴西：你们好，认识你们很高兴。

--- จิตร: คุณประสิทธิ์เป็นคนกรุงเทพฯ ใช่ไหมคะ
　　吉：巴西是曼谷人吗？

--- ประสิทธิ์: ไม่ใช่ครับ ผมเป็นคนต่างจังหวัดครับ
　　巴西：不，我是外府（外地）人。

--- จิตร: คุณมาจากจังหวัดไหนคะ
　　吉：你来自哪个府？

--- ประสิทธิ์: ผมมาจากจังหวัดเชียงใหม่ครับ
　　巴西：我来自清迈府。

单词一览

จาก บ. 从……	กรุงเทพฯ น. 曼谷
กวางตุ้ง น. 广东	ต่าง ว. 外, 其他
กวางสี น. 广西	จังหวัด น. 府
มาเลเซีย น. 马来西亚	เชียงใหม่ น. 清迈

文化点滴

　　泰国是个多民族国家。据统计，全国约有30多个民族，其中以泰、佬族人数居多；其次是马来族和高棉族，这是泰国的主要民族。人口少的民族大多居住在山地，如克伦、瓦、瑶、苗等等。此外，还有一些因种种原因迁移来的华人、越南人和印度人等。

10. น้องชายผมอายุ 20 (ปี)

我弟弟20岁。

基本句型

ผม+อายุ+20 ，主语 + 年龄 + 岁数

语法精讲

在泰语中表达年龄的句式较特殊，按照规范的语法句式应该是 ผมมีอายุ 20 ปี。但在口语中往往将“ มี ”省略，与中文的表达形式基本相同：ผมอายุ 20（我 20 岁）。

举一反三

1. พี่ชายผมอายุ 35 (ปี)
   我哥哥 35 岁。
2. น้องสาวฉันอายุ 15 (ปี)
   我妹妹 15 岁。
3. คุณพ่อผมอายุ 50 (ปี)
   我爸爸 50 岁
4. คุณแม่ฉันอายุ 40 (ปี)
   我妈妈 40 岁。
5. คุณหลิวอายุ 28 (ปี)
   小刘 28 岁。

情景会话

--- หลี่ตุง: คุณติงเป็นชาวเมืองไหนครับ
李东：丁小姐是哪里人？

--- ติงหลิง: ชาวกวางตุ้งค่ะ
   丁玲： 广东人。

--- หลี่ตุง: คุณติงอายุเท่าไรครับ
   李东： 丁小姐多大了？

--- ติงหลิง: เกือบจะครบ 21 ปีแล้วค่ะ
   丁玲： 快满21岁了。

--- หลี่ตุง: บ้านคุณมีใครบ้างครับ
   李东： 你家有些什么人？

--- ติงหลิง: มีคุณพ่อคุณแม่ดิฉันและน้องชายค่ะ
   丁玲： 有爸爸、妈妈、我和弟弟。

--- หลี่ตุง: น้องชายคุณอายุเท่าไรครับ
   李东： 你弟弟多大了？

--- ติงหลิง: น้องชายอายุ 18ค่ะ
   丁玲： 弟弟18岁。

单词一览

น้องชาย น. 弟弟	เมือง น. 城市
อายุ น. 年龄	ไหน ว. 哪里，何处；哪一（个）
ปี น. 岁	เท่าไร ว. 多少
น้องสาว น. 妹妹	เกือบ ว. 几乎

文化点滴

    早期生活在曼谷的华人，大都集中在耀华力路（ยาวราช）一带，
久而久之那里便发展成为著名的唐人街。耀华
力路为曼谷王朝五世王朱拉隆功所建，其原意
为"太子"，中国人把它译为"耀华力"，实在
十分贴切。

11. ฮัลโหล ขอเรียนสายคุณวรรณาค่ะ
喂，请婉娜女士听电话。

基本句型

ขอเรียนสาย... 请……听电话

语法精讲

在泰语中，**ขอเรียนสาย...**是个固定格式，表示“请××听电话”，是打电话时的用语。

举一反三

1. ฮัลโหล ขอเรียนสายคุณชัยครับ
   喂，请阿差先生听电话。
2. ฮัลโหล ขอเรียนสายคุณวไลครับ
   喂，请瓦莱小姐听电话。
3. ฮัลโหล ขอเรียนสายคุณหลิวเจียงครับ
   喂，请刘江先生听电话。
4. ฮัลโหล ขอเรียนสายคุณหม่าลี่ค่ะ
   喂，请马丽小姐听电话。
5. ฮัลโหล ขอเรียนสายอาจารย์เฉินค่ะ
   喂，请陈老师听电话。

情景会话

--- ฮัลโหล สวัสดีครับ ขอเรียนสายคุณสุธีครับ
喂，你好，请苏堤先生听电话。

--- สวัสดีค่ะ จากไหนคะ
   你好，你是哪里？

--- ผมคุณหวังพูดครับ
   我是王先生。

--- คุณหวังหรือคะ ดิฉันวรรณาค่ะ
   是王先生呀，我是婉娜。

--- คุณสุธีอยู่ไหมครับ
   苏堤先生在吗？

--- อยู่ค่ะ กรุณารอสักครู่ค่ะ
   在，请稍等。

单词一览

ฮัลโหล ว. 喂		กรุณา ก. 请	
เรียน ก. 请		รอ ก. 等	
สาย น. 线		สักครู่ ว. 一会儿	
พูด ก. 说		ขอบคุณ ก. 谢谢	
อยู่ ว. 在；正在……			

文化点滴

　　唐人街还包括与耀华力路平行的石龙军路。该路很长，顺着湄南河而建，超出唐人区范围，至今已逾百年历史，为曼谷王朝四世王蒙固所建。无论在耀华力路或石龙军路上，都会令你恍如置身于60、70年代的香港，触目所及都是传统的中文商号招牌，行人、车辆川流不息，非常热闹。

12. กรุณารอสักครู่
请稍等片刻。

基本句型

รอ... 等待……

语法精讲

รอ 是动词，表示 "等"、"等待"、"等候"，在句子中作谓语。

举一反三

1. คุณรอผมอยู่หรือ
   你在等我吗?
2. คุณหลี่รอใครอยู่ครับ
   小李在等谁?
3. ผมรอเขาตั้งนานแต่ก็ไม่เห็นมา
   我等了他很久，可就不见来。
4. ที่ป้ายรถเมล์มีคนรอรถมาก
   在车站有很多人等车。
5. กรุณารอสักครู่นะ ฉันก็ไปด้วย
   请稍等片刻，我也一起去。

情景会话

--- หม่าลี่: ฮัลโหล จุฬาลงกรณ์มหาวิทยาลัยใช่ไหมคะ
   马 丽：喂，是朱拉隆功大学吗?
--- โอเปอร์เรเตอร์: ใช่ค่ะ
   话务员：是的。

--- หม่าลี่: กรุณาต่อเบอร์ 2457 ค่ะ

   马 丽：请转2457（分机）。

--- พนักงาน: สวัสดีค่ะ คณะอักษรศาสตร์ค่ะ

   职 员：你好，这里是文学院。

--- หม่าลี่: ขอเรียนสายอาจารย์ไพลินค่ะ

   马 丽：请帕琳老师听电话。

--- พนักงาน: กรุณารอสักครู่ค่ะ

   职 员：请稍等。

--- อาจารย์ไพลิน: ฮัลโหล ดิฉันไพลินพูดค่ะ จากไหนคะ

   帕琳老师：喂，我是帕琳，你是哪位？

--- หม่าลี่: สวัสดีค่ะ อาจารย์ไพลิน ดิฉันหม่าลี่มาจากปักกิ่งค่ะ

   马 丽：您好，帕琳老师，我是北京来的马丽。

单词一览：

ตั้ง ว. 达		เบอร์ น. 号，号码	
แต่ สัน. 但是		ต่อ ก. 接，转	
เห็น ก. 见		คณะ น. 系	
ป้าย น. 标牌，招牌		อักษรศาสตร์ น. 语言文学	
ป้ายรถเมล์ น. 公共汽车站		ใช่ ก. 是	
ด้วย ว. 一起，共同		ใช่ไหม 是……吗？	

文化点滴

　　唐人街的商铺中，以金铺最为突出，也有许多出售中国传统物品的商店，如药材、腊味和其他杂货。在那里还可以买到中文报章、书刊，可以观赏华语电影或潮州戏。夜总会亦有歌星演唱华语歌曲，可解当地华侨思乡之情。

13. คุณโทรผิด 您打错了电话。

基本句型

...ผิด， 弄错……

语法精讲

ผิด表示“错”、“违背”。在泰语中既可为动词，作谓语；又可为副词，作状语。

举一反三

1. เขาพูดผิด
   他说错了。
2. คุณเข้าใจผิด
   你误解了。
3. ผมจำผิด
   我记错了。
4. คุณทำผิด
   你做错了。
5. ใครถูกใครผิด
   谁是谁非？

情景会话

--- สวัสดีคะ คุณอรุณ
你好，阿伦。

--- สวัสดีครับ คุณสุจิตร

你好，素吉。

--- เมื่อวาน ฉันโทรไปบ้านคุณ แต่คนรับสายบอกว่าฉันโทรผิด

昨天，我打电话到你家，但接电话的人说我打错了。

--- คุณโทรไปเบอร์อะไรครับ

你打的是多少号？

--- เบอร์ 4909651 ค่ะ

是 4909651。

--- ไม่ใช่ครับ คุณจำเบอร์ผิด

不是，你记错了号码。

--- แล้วบ้านคุณเบอร์อะไรคะ

那你家是多少号？

--- เบอร์ 4909691 ครับ

是 4909691。

单词一览

โทร = โทรศัพท์ ก. 打电话	บ้าน น. 家
ผิด ว. 错，违背	รับ ก. 接，收
จำ ก. 记	บอก ก. 告诉
ถูก ว. 对，正确	อะไร สรรพ. 什么

文化点滴

泰国的国旗以红、白、蓝三色作色条。但它不是三色条旗，而是三色条复出的五条旗，其顺序是红、白、蓝、白、红。五条中除了蓝条的宽度比其他各条宽一倍之外，其他各条的长、短、宽、窄都相等。三色中的红色象征国家、民族，白色象征宗教，蓝色象征国王。

14.

ขอโทษครับ
เย็นวันเสาร์ผมชวนคุณทานข้าวด้วยกันจะได้ไหม

请原谅，周末我能请您共进晚餐吗？

基本句型：

ขอโทษ... , 请原谅……

语法精讲

ขอโทษ意思是"请原谅"、"对不起"。在泰语中既可表示客气，也可表示道歉。

举一反三

1. ขอโทษครับ สถานีรถไฟไปทางไหนครับ
   请原谅，去火车站怎么走？

2. ขอโทษครับ คืนนี้คุณว่างไหม ผมอยากชวนไปดูหนังด้วยกัน
   请原谅，今晚你有空吗？我想请你一起去看电影。

3. ขอโทษครับ คุณชื่ออะไรครับ
   对不起，你叫什么名字？

4. ขอโทษครับ ผมมาสาย
   对不起，我来晚了。

5. ขอโทษครับ ผมลืมไป
   对不起，我忘了。

情景会话

--- ขอโทษครับ วันอาทิตย์นี้คุณว่างไหม
   请原谅，这个星期天你有空吗？

--- ว่างค่ะ มีธุระอะไรหรือคะ

有空，有什么事吗？

--- อยากชวนไปเที่ยวตลาดด้วยกันครับ

想请你一起去逛街。

--- ก็ดีเหมือนกัน กำลังว่าจะไปซื้อรองเท้าสักคู่ค่ะ

也好，我正打算去买双鞋。

--- ไปซื้อที่ไหนดีครับ

去哪儿买好呢？

--- ไปซื้อที่ตลาดเซี้ยงไฮ้ซี แถวนั้นมีร้านขายรองเท้าเยอะค่ะ

去上海市场吧，那里有很多鞋店。

单词一览

เย็น น. 傍晚	ทาง น. 道，路
วันเสาร์ น. 星期六	คืน น. 夜晚
ชวน ก. 邀请	ว่าง ว. 空，闲
ด้วยกัน ว. 一起，共同	ดูหนัง ก. 看电影
สาย ว. 晚，迟	วันอาทิตย์ น. 星期天
ธุระ น. 事情	ตลาด น. 市场，街
สถานีรถไฟ น. 火车站	คู่ น. 双，对

文化点滴

泰国的国徽是一只展翅的金翅鸟。但金翅鸟的形象不是一只普通的鸟，而是只人鸟。它的头是鸟头，从颈项到腰部却是人身，下半部又是鸟的形状。白色的脸，红色的翅膀，金色的身子。这只鸟来源于泰国一个古老的神话传说。

15. ผมอยู่บ้านเฉย ๆ เพราะฝนตก

我待在家里，因为下雨了。

基本句型

เพราะ...，因为……

语法精讲

เพราะ在泰语中往往用于因果复句，其作用是引导一个分句去修饰主句，表示原因。

举一反三

1. เขาเรียนดีเพราะเขาขยัน
   他学得好，因为他努力。
2. ผมไม่ได้ไปเพราะผมไม่รู้
   我没去，因为我不知道。
3. วันนี้ฉันตื่นสายเพราะเมื่อคืนนอนดึก
   今天我起晚了，因为昨夜睡得晚。
4. ผมยังทำไม่เสร็จ เพราะเวลาไม่พอ
   我还没做完，因为时间不够。
5. ฉันไม่ได้บอกเขา เพราะฉันลืม
   我没告诉他，因为我忘了。

情景会话

--- วันนี้อากาศดี เราออกไปเที่ยวด้วยกันดีไหม
今天天气很好，我们一起出去玩儿好吗?

--- ผมคงไปไม่ได้ครับ

我大概去不了。

--- ทำไมครับ

为什么？

--- เพราะผมยังทำการบ้านไม่เสร็จครับ

因为我的作业还没做完。

--- เมื่อวานทำไมไม่ทำครับ

昨天为什么不做？

--- เมื่อวานไม่ว่างเพราะมีเพื่อนมา

昨天没空，因为有朋友来。

单词一览

เฉย ว. 闲着,不动	ยัง ว. 还,尚未
ฝน น. 雨	เสร็จ ว. 完
ตก ก. 掉,下	เวลา น. 时间
ขยัน ว. 努力,勤奋	พอ ว. 够
ตื่น ก. 醒,起床	คง ว. 大概,可能
นอน ก. 睡觉	ทำไม ว. 为什么
ดึก น. 夜深	การบ้าน น. 作业

文化点滴

泰国国歌于1939年12月10日正式颁布。歌词大意如下：

泰国是泰族子孙的国家，每寸土地都归泰人所有，泰族国家之所以能长存，因为泰族人民酷爱团结。我们热爱和平但不惧怕战争，国家的独立不容他人来蹂躏。为国捐躯不惜最后一滴鲜血，愿泰族国家繁荣昌盛，万岁！

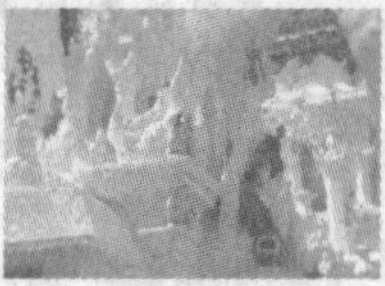

16. เดี๋ยวนี้ 9 โมงครึ่ง 现在九点半钟。

基本句型

9 โมงครึ่ง 九点半

语法精讲

泰语中表达时间的语序与中文基本相同，如：7 โมง35 นาที 表示7点35分。但时间表达法分书面与口头两种形式，书面形式比较规范，口头形式比较复杂，详见书后附表。

举一反三

1. เดี๋ยวนี้ 8 โมง 10 นาที
   现在8点10分。
2. เดี๋ยวนี้ บ่าย 2 โมง
   现在下午2点。
3. เดี๋ยวนี้ 5 โมงเย็น
   现在下午5点。
4. เดี๋ยวนี้ 4 ทุ่มครึ่ง
   现在晚上10点半。
5. เดี๋ยวนี้เที่ยงคืน
   现在夜里12点。

情景会话

--- คุณตื่นนอนกี่โมงครับ
你几点起床？

--- 6 โมงค่ะ
   6点。

--- คุณทานอาหารเช้ากี่โมงครับ
   你几点吃早饭?

--- 7 โมง 20 นาทีค่ะ
   7点20分。

--- คุณเข้าเรียนกี่โมงครับ
   你几点上课?

--- 8 โมงตรงค่ะ
   8点整。

--- ตอนเช้าเรียนกี่ชั่วโมงครับ
   上午上几节课?

--- 4 ชั่วโมงค่ะ
   4节。

单词一览

เดี๋ยวนี้ น.现在		เที่ยงคืน น. 午夜,子夜	
ครึ่ง ว. 半,一半		ตื่นนอน ก. 起床	
นาที น. 分钟		เช้า น. 上午	
บ่าย น. 下午		เข้าเรียน ก. 上课	
ทุ่ม น. 点钟(晚上七点到十二点)		ชั่วโมง น. 小时	

文化点滴

　　曼谷是泰国的首都,在泰文中是"天使之城"的意思。泰王拉玛一世定都曼谷,就是希望国家能够受到保护。曼谷素有"东方威尼斯"的美誉。不过,曼谷目前却是世界上最繁荣而交通最堵塞的大都市之一。

17.

วันนี้ (เป็น) วันที่ 1 เดือนตุลาคม ปี 2003
今天是 2003 年 10 月 1 日。

基本句型

วัน+เดือน+ปี 日 ＋ 月 ＋ 年

语法精讲

　　泰语中表达日期的语序与中文完全相反，如 วันที่ 5 เดือนมกราคม ปี 2003，中文的意思是 2003 年 1 月 5 日。中文的语序是×年×月×日，泰文则是 วัน ×เดือน×ปี×。

举一反三

1. วันนี้วันที่ 10 เดือนเมษายน ปี ค.ศ. 2003
   今天是公历 2003 年 4 月 10 日。
2. พรุ่งนี้วันที่ 2 เดือนกันยายน ปี ค.ศ. 2003
   明天是公历 2003 年 9 月 2 日。
3. วันนี้วันที่ 15 เดือนพฤษภาคม ปี พ.ศ. 2546
   今天是佛历 2546 年 5 月 15 日。
4. พรุ่งนี้วันที่ 20 เดือนสิงหาคม ปี พ.ศ. 2546
   明天是佛历 2546 年 8 月 20 日。
5. วันนี้วันจันทร์ ที่ 30 เดือนธันวาคม
   今天是 12 月 30 日星期一。

情景会话

--- วันนี้วันที่เท่าไรเดือนอะไรคะ
　　今天是几月几号？

--- (วันนี้) วันที่ 1 เมษายนครับ
今天是4月1号。

--- วันนี้วันจันทร์ใช่ไหมคะ
今天是星期一吗?

--- ไม่ใช่ครับ วันนี้วันอังคารครับ
不是，今天是星期二。

单词一览

วันจันทร์ น. 星期一
วันอังคาร น. 星期二
วันพุธ น. 星期三
วันพฤหัสบดี น 星期四
วันศุกร์ น. 星期五
วันเสาร์ น. 星期六
วันอาทิตย์ น. 星期天
มกราคม น. 一月
กุมภาพันธ์ น. 二月
มีนาคม น. 三月
เมษายน น. 四月
พฤษภาคม น. 五月
มิถุนายน น. 六月
กรกฎาคม น. 七月
สิงหาคม น. 八月
กันยายน น. 九月
ตุลาคม น. 十月
พฤศจิกายน น. 十一月
ธันวาคม น. 十二月
วันที่เท่าไร 几号?
วันอะไร 星期几?
พรุ่งนี้ น. 明天
วัน น. 日
เดือน น. 月

文化点滴

泰国是个佛教国家，全国通用佛历。外事交往时也使用国际通行的公历。泰国使用的佛历，以传说中的佛祖释迦牟尼涅槃元年（公元前543年）为纪年。因此，要把公历换算为佛历，则在公历上加543年即可。ค.ศ.“公历”，是 คริสต์ศักราช 的缩写形式。พ.ศ.“佛历”，是 พุทธศักราช 的缩写形式。

18. ผมหิวแล้ว 我饿了。

基本句型

...แล้ว ……了

语法精讲

แล้ว 在泰语中使用广泛，主要用于表示“过去时”或“完成时”。一般用在动词后或句尾。

举一反三

1. ผมเหนื่อยแล้ว
   我累了。
2. ผมง่วงแล้ว
   我困了。
3. เขารู้แล้ว
   他知道了。
4. ฉันเข้าใจแล้ว
   我懂了。
5. เขาไปกันหมดแล้ว
   他们都走光了。

情景会话

--- เซี่ยวหมิงกลับมาหรือยัง
小明回来了吗?

--- กลับมาแล้วค่ะ
回来了。

--- เขาทานข้าวหรือยัง
他吃饭了吗?

--- ทานแล้วค่ะ
吃过了。

--- เขาทำการบ้านหรือยัง
他做作业了吗?

--- ทำแล้วค่ะ
做了。

--- เขาอาบน้ำหรือยัง
他洗澡了吗?

--- อาบแล้วค่ะ
洗过了。

单词一览

หิว	ก. 饿	กลับ	ก. 回
แล้ว	ว. 了	ทานข้าว	ก. 吃饭
เหนื่อย	ก. 累	อาบน้ำ	ก. 洗澡
ง่วง	ก. 困	เล่น	ก. 打,玩
หมด	ว. 光,尽	เกม	น. 游戏

文化点滴

　　泰餐令世界各地的游客流连忘返。酸、辣、香、浓是泰餐最主要的特点。一般地说,精美的泰国饭菜至少要包括一道很辣的菜,再配上一些不太辣的菜和一些清淡的菜。酸辣虾汤、木瓜沙拉、咖喱炒蟹等都是深受人们喜爱的菜肴。

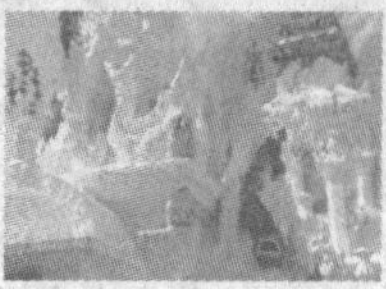

19. เขาอยากทานขนมปังกับกาแฟ
他想要点面包和咖啡。

基本句型

อยาก... 想要……

语法精讲

在泰语中 อยาก... 表示“想要……”、“渴望……”，常用在动词前面。如果是否定式，则在该词前加“ไม่ ”。

举一反三

1. ผมอยากไป
   我想去。
2. ฉันอยากกินผลไม้
   我想吃水果。
3. ผมอยากได้หนังสือเล่มนั้น
   我想得到那本书。
4. เมื่อคืนนอนไม่หลับ เดี๋ยวนี้อยากนอนจริง ๆ
   昨晚没睡着，现在真想睡。
5. เรื่องนี้ ผมไม่อยากให้คนอื่นรู้
   这件事我不想让别人知道。

情景会话

--- คืนนี้คุณว่างไหมคะ
今晚你有空吗?

--- ว่างครับ

有空。

--- คุณอยากทำอะไรบ้างคะ

你想做什么?

--- ผมอยากไปดูหนัง

我想去看电影。

--- ฉันก็อยากไปเหมือนกัน

我也想去。

--- หนังจะเริ่มกี่โมงครับ

电影几点开演?

--- ทุ่มครึ่งค่ะ

7点半。

单词一览

อยาก	ก. 想要	เดี๋ยวนี้	น. 现在
ทาน	ก. 吃	จริง	ว. 真,十分
ขนมปัง	น. 面包	เรื่อง	น. 事情
กาแฟ	น. 咖啡	ให้	บ. 让
ผลไม้	น. 水果	อื่น	ว. 别的,其他
เล่ม	น. 本	ดูหนัง	ก. 看电影
นอน	ก. 睡觉	เริ่ม	ก. 开始

文化点滴

　　泰国甜点小吃品种繁多,令人眼花缭乱。由于盛产椰子和香蕉,泰国小吃甜点大多有这两种水果的味道。กล้วย บวช ชี 是一种常见的餐后甜点,把香蕉块调拌在热热的甜咸的椰奶里,带着花香味,吃后让人回味无穷。

20. เชิญทานมากหน่อยครับ
请多吃点。

基本句型

เชิญ... 请……

语法精讲

เชิญ... 用于谓语前，请求别人按照要求做或不做某事，表示客气，有礼貌。

举一反三

1. เชิญเข้ามาครับ
   请进。
2. เชิญครับ เชิญที่โต๊ะอาหาร
   请，请坐（入席）吧。
3. เชิญตามสบายนะครับ
   请随意。
4. เชิญทานกาแฟครับ
   请喝咖啡。
5. ว่าง ๆ เชิญมาเที่ยวที่บ้านนะคะ
   有空请到我家来玩。

情景会话

--- บริกร: สวัสดีค่ะ มากี่ท่านคะ
服务员：您好！请问几位？

--- สุภร: สี่คน
苏 朋：四位。

--- บริกร: เชิญข้างในค่ะ
服务员：里面请。

--- สุภร: มีห้องเดี่ยวไหมครับ
苏 朋：有单间吗?

--- บริกร: มีค่ะ เชิญขึ้นชั้นสองค่ะ
服务员：有，请上二楼。

--- สุภร: คุณหลี่ คุณหลิน เชิญนั่งก่อนนะครับ
苏 朋：李先生、林先生请坐。

--- บริกร: นี่ค่ะ เมนูอาหาร คุณชอบทานอะไร เชิญสั่งได้เลย
服务员：这是菜单，您喜欢吃什么，请点吧。

单词一览

หน่อย ว.	少许，一点	ห้อง น.	房间
เข้า ก.	进	เดี่ยว ว.	单个
โต๊ะ น.	桌子	ขึ้น ก.	上，升
อาหาร น.	饭	ชั้น น.	楼层
ท่าน=คน น.	人	เมนูอาหาร น.	菜单
ชอบ ก.	喜欢	สั่ง ก.	吩咐，点（菜）

文化点滴

　　泰国人吃饭用刀叉，不用筷子。泰国人以大米为主食，东北部人多习惯吃糯米。菜食上的特点是调料丰富，每餐必备的调料有：辣椒、虾酱、鱼露、茴香等，还有植物的嫩叶、花瓣的鲜汁都可作调料。饮料上的特点是加冰块，不管什么饮料，如雪碧、可乐及各种酒都要加冰块。

21. ผม (ทาน) เรียบร้อยแล้ว
我吃好了。

基本句型

...เรียบร้อย 妥善，就绪

语法精讲

เรียบร้อย 在泰语中可以表示“妥善”、“就绪”、“井井有条”、“斯文”等多种含意。既可作形容词，也可作副词。

举一反三

1. งานเสร็จหรือยังคะ

   工作做完了吗?

   เสร็จเรียบร้อยครับ

   做完了。

2. คุณเตรียมเสร็จหรือยังคะ

   你准备好了吗?

   เรียบร้อยครับ

   一切就绪。

3. งานเราดำเนินไปอย่างเรียบร้อย

   我们的工作进展得很顺利。

4. คุณหลิวจัดห้องเรียบร้อย

   小刘把房间整理得井井有条。

5. เขาเป็นคนเรียบร้อย

   他很斯文很规矩。

情景会话

--- คุณชอบทานอาหารทะเลไหม
你喜欢吃海鲜吗?

--- ชอบครับ
喜欢。

--- หอยนางรมสดนี่อร่อย เชิญทานมากหน่อยนะ
这生蚝很好吃，请多吃点。

--- ไม่ละครับ ผมอิ่มแล้วครับ
不要了，我吃饱了。

--- ไม่เห็นคุณทานอะไรเลย
没见你吃什么呀。

--- ผมทานมากแล้วครับ เรียบร้อยครับ
我吃了很多了，吃好了。

单词一览

งาน น. 工作	นะ ว. 语助词
เสร็จ ว. 完成	อาหารทะเล น. 海鲜
เตรียม ก. 准备	ทะเล น. 海
...หรือยัง ……了吗?	หอยนางรม น. 蚝
ดำเนิน ก. 进行	สด ก. 鲜,生
อย่าง ว. 地	อร่อย ก. 香,好吃
จัด ก. 整理	อิ่ม ก. 饱
ละ ว. 语助词	เลย ว. 根本

文化点滴

曼谷是美食之都。提起曼谷的海鲜，人们总是眉飞色舞，赞不绝口。我国有句成语叫“山珍海味”。曼谷靠海，每天都有大量的新鲜海味上市。更使人目迷五色的是，放在长条桌上的鱼、虾、蟹、蚝、蛤、蚶、鱿鱼、海参、淡菜等海产，上面洒着一层碎冰，新鲜之感油然而生。

22. วันนี้อากาศดี
今天天气很好。

基本句型

อากาศ+ดี 天气＋好

语法精讲

在泰语中表示天气如何的句型与中文基本相同，即"天气＋形容词"。如 อากาศดีจริง ๆ 天气真好；อากาศไม่ดี 天气不好；อากาศร้อนมาก 天气很热。

举一反三

1. วันนี้อากาศไม่ค่อยดี
   今天天气不太好。
2. วันนี้อากาศแย่จริง ๆ
   今天天气真糟糕。
3. วันนี้อากาศร้อนมาก
   今天天气很热。
4. วันนี้อากาศหนาวมาก
   今天天气很冷。
5. วันนี้อากาศเย็นสบาย
   今天天气很凉爽。

情景会话

--- วันนี้อากาศเป็นยังไงคะ
今天天气怎么样？

--- วันนี้อากาศดีมากครับ
今天天气很好。

--- สองสามวันนี้อากาศเปลี่ยนแปลงมาก
这两天天气变化很大。

--- ใช่ครับ เมื่อวานฝนตกวันนี้แดดจ้าครับ
对，昨天下雨，今天阳光灿烂。

--- ฤดูใบไม้ผลิอากาศมักเป็นอย่างนี้
春天天气经常是这样。

--- อากาศเปลี่ยนบ่อย ต้องสนใจสุขภาพให้มากนะครับ
天气多变，要注意身体。

单词一览：

ร้อน ว. 热	ฝน น. 雨
หนาว ว. 冷	ตก ก. 落，下
ไม่ค่อย ว. 不太	แดด น. 阳光
แย่ ว. 糟糕	จ้า ว. (光线)强烈
เย็น ว. 凉爽	ฤดูใบไม้ผลิ น. 春季
อย่างนี้ ว. 如此，这样	มัก ว. 往往，常常
ยังไง = อย่างไร 如何，怎样	สนใจ ก. 注意
เปลี่ยนแปลง ก. 变化	สุขภาพ น. 健康，身体状况

文化点滴

泰国地处热带，常年气候可分为三季：3~5月气温最高，平均在32~38℃，称为“热季”；6月开始，雨量增多，经常大雨滂沱，气温略有下降，直到10月，称为“雨季”；11月至次年2月为“凉季”，天气干旱，气温平均在22~28℃。

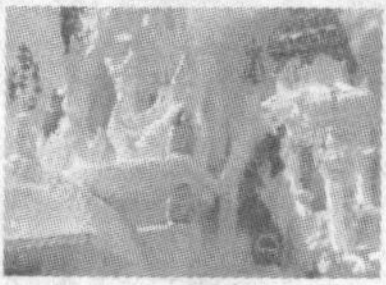

23.

เซี่ยงไฮ้ฝนตกบ่อย
上海经常下雨。

基本句型

ฝน+ตก, หิมะ+ตก 雨 + 下, 雪 + 下

语法精讲

在泰语中表示"下雨"、"下雪"的句子语序与中文相反，是"主语＋谓语"。如 ฝนตก 下雨; หิมะตก 下雪。

举一反三

1. เมืองไทยฝนตกชุก
   泰国雨水很多。
2. กรุงเทพฯ ฝนตกบ่อย
   曼谷经常下雨。
3. ปักกิ่งหิมะตกบ่อย
   北京经常下雪。
4. ฤดูร้อนเซี่ยงไฮ้ฝนตกบ่อย
   夏天，上海经常下雨。
5. ฤดูหนาวเซี่ยงไฮ้หิมะตกบ่อย
   冬天，上海经常下雪。

情景会话

--- ปีหนึ่งเมืองไทยมีกี่ฤดูครับ
   泰国一年中有几个季节？

--- มี 3 ฤดูค่ะ คือฤดูร้อน ฤดูฝนและฤดูหนาว

有三个季节，即热季、雨季和凉季。

--- ฤดูร้อนอากาศร้อนมากไหมครับ

热季天气很热吗？

--- ร้อนมากค่ะ

很热。

--- ฤดูฝน ฝนตกชุกใช่ไหมครับ

雨季雨水很多是吗？

--- ใช่ค่ะ เกือบจะตกทุกวันค่ะ

对，几乎天天下雨。

--- ฤดูหนาว อากาศหนาวไหมครับ

凉季天气冷吗？

--- ไม่หนาว เย็นสบายค่ะ

不冷，比较凉爽。

单词一览

หิมะ น. 雪	ฤดูฝน น. 雨季
ชุก ว. 众多，繁多	เกือบ ว. 几乎
ฤดูร้อน น. 夏季，热季	ทุกวัน น. 天天，每天
ฤดูหนาว น. 冬季，凉季	ปีหนึ่ง น. 一年

文化点滴

泰国的气候同我国大部分地区相比，可谓“四季如夏”。炎热的气候给农林作物带来长年的生长期，有些蔬菜、水果四时都有，不少奇花异卉四季常开。水源丰富的地方稻谷一年两熟。泰国人常把自己的国家称作“ อู่ข้าวอู่น้ำ ”，即“鱼米之乡”。

24.

ปักกิ่งลมพัดบ่อย
北京经常刮风。

基本句型

ลม+พัด 风+刮

语法精讲

泰语中表示"刮风"的句型与上一课讲到的表示"下雨"的句型相同，也是"主语＋谓语"。

举一反三

1. ฤดูใบไม้ผลิ ปักกิ่งลมพัดบ่อย
   春天，北京经常刮风。
2. วันนี้ลมพัดแรง อากาศจึงหนาว
   今天风很大，所以很冷。
3. วันนี้ไม่มีลม อากาศอุ่นดี
   今天没风，天很暖和。
4. ฤดูใบไม้ร่วง ไม่ค่อยมีลม
   秋天，不太刮风。
5. ฤดูหนาวบางทีลมพัดแรง บางทีหิมะตกหนัก
   冬天，有时刮大风，有时下大雪。

情景会话

--- ปีหนึ่งเมืองจีนมีกี่ฤดูคะ
   中国一年有几季？

--- มี 4 ฤดูครับ

有四季。

--- มีฤดูอะไรบ้างคะ

有什么季节？

--- มีฤดูใบไม้ผลิ ฤดูร้อน ฤดูใบไม้ร่วงและฤดูหนาวครับ

有春季、夏季、秋季和冬季。

--- ฤดูใบไม้ผลิ อากาศเป็นยังไงคะ

春季气候怎么样？

--- อากาศค่อนข้างอุ่น แต่ลมพัดบ่อยครับ

天气比较暖和，但经常刮风。

--- ฤดูใบไม้ร่วงอากาศเป็นยังไงคะ

秋季气候怎么样？

--- ไม่ร้อนไม่หนาว ลมก็ไม่แรง อากาศเย็นสบายครับ

不冷不热，风也不大，天气凉爽宜人。

单词一览

ลม	น. 风	ฤดูใบไม้ร่วง	น. 秋季
พัด	ก. (风)吹,刮	บางที	ว. 有时
แรง	ว. 强烈,强劲	หนัก	ว. 沉重,猛烈
จึง	สัน. 才,所以	ค่อนข้าง	ว. 比较
อุ่น	ว. 温,温暖		

文化点滴

　　泰国海岸线长达2600多公里，漫长的海岸线和发达的水系，不仅提供了航运的便利，还带来了丰富的水产资源。各种鱼、蚌、蟹等水产品产量居世界第七位，虾的产量居世界第三位。多处海滨城市如帕他雅、华欣等已成为国内外游客的避暑胜地。

25.

อุณหภูมิอยู่ระหว่าง 17~23 องศา
温度在 17~23 度之间。

基本句型

อยู่ระหว่าง... , 在……之间

语法精讲

这一句型表示在一定的时间或空间之间，อยู่ระหว่าง 后面一般使用表示时间或空间的名词。

举一反三

1. อุณหภูมิสูงสุดอยู่ระหว่าง 30~38 องศา
   最高温度在 30~38 度之间。

2. อุณหภูมิต่ำสุดอยู่ระหว่างลบ 10~20 องศา
   最低温度在零下 10~20 度之间。

3. สองสามวันนี้อากาศอุ่นดี อุณหภูมิอยู่ระหว่าง 18~25 องศา
   这两天天气很暖和，气温在 18~25 度之间。

4. อาทิตย์นี้อากาศหนาวมาก อุณหภูมิอยู่ระหว่าง ลบ 10~15 องศา
   这星期天气很冷，气温在零下 10~15 度之间。

5. มีหมู่บ้านแห่งหนึ่งอยู่ระหว่างภูเขากับแม่น้ำ
   在山与河之间有一座村庄。

情景会话

--- ที่เมืองไทย ฤดูร้อนอุณหภูมิเท่าไรครับ
    在泰国，热季气温是多少度？

--- อุณหภูมิอยู่ระหว่าง 32~38 องศาค่ะ
　　在 32~38 度之间。

--- ฤดูฝนอุณหภูมิเท่าไรครับ
　　雨季气温是多少度?

--- อุณหภูมิอยู่ระหว่าง 30~35 องศาค่ะ
　　气温在 30~35 度之间。

--- ฤดูหนาวอุณหภูมิเท่าไรครับ
　　凉季气温是多少度?

--- อุณหภูมิอยู่ระหว่าง 22~28 องศาค่ะ
　　气温在 22~28 度之间。

单词一览

อุณหภูมิ น. 温度,气温	อาทิตย์ น. 星期
อยู่ ก. 在	หมู่บ้าน น. 村庄
ระหว่าง น. 之间,期间	แห่งหนึ่ง 一个,一处
สูง ว. 高	ภูเขา น. 山
สุด ว. 最	แม่น้ำ น. 河
ต่ำ ว. 低	เท่าไร ว. 多少
ลบ ว. 负的,减的	องศา น. 度,度数

文化点滴

　　泰国地势北高南低,地形基本上由山地、高原和平原构成,这三部分约各占1/3。山地分布在北部、西部和南部;高原位于东北部,平均海拔150米;平原在中部,它由湄南河等河流冲积而成,大部分土地在海拔以下。

26.

ขอดูพาสปอร์ตคุณครับ
请您出示护照。

基本句型

ขอ... 请……

语法精讲

ขอ...用于谓语前，表示客气地提出某种要求或请求，以征得对方允许。

举一反三

1. ขอฝากความคิดถึงถึงเพื่อน ๆ
   请代我向朋友们问好。

2. ขอถามหน่อย สถานีรถไฟไปทางไหนครับ
   请问去火车站怎么走？

3. ขอดูหนังสือเล่มนั้นหน่อย
   请让我看一下那本书。

4. ขอดูเสื้อตัวนี้หน่อยครับ
   请给我看看这件衣服。

5. ขอผมตรวจกระเป๋าคุณหน่อยครับ
   请让我检查一下您的行李。

情景会话

--- เจ้าหน้าที่: ขอดูพาสปอร์ตหน่อยครับ
   工作人员：请出示一下护照。

--- หลี่หลิน: นี่พาสปอร์ตค่ะ
李琳：这是护照。

--- เจ้าหน้าที่: ขอโทษ ชื่ออะไรครับ
工作人员：请问您的姓名？

--- หลี่หลิน: ดิฉันชื่อหลี่หลินค่ะ
李琳：我叫李琳。

--- เจ้าหน้าที่: กรุณากรอกแบบฟอร์มตรวจคนเข้าเมืองด้วยครับ
工作人员：请填写入境卡。

--- หลี่หลิน: กรอกอย่างนี้ถูกไหมคะ
李琳：这样填写对吗？

--- เจ้าหน้าที่: ถูกต้องครับ เชิญทางนี้ครับ
工作人员：对，请这边走。

单词一览

พาสปอร์ต น. 护照	กระเป๋า น. 包，行李
ถาม ก. 问	กรอก ก. 填写
เสื้อ น. 衣服	แบบฟอร์ม น. 表格
ตัว น. 件，个	ถูกต้อง ก. 正确
ตรวจ ก. 检查	

文化点滴

湄南河是泰国第一大河流，全长950公里，自北向南滔滔流入泰国湾。雨季期间，湄南河常泛滥，洪水过后，给这一带不少农田留下河肥。中部河流很多，水网密布，土地肥沃，是泰国主要的稻谷产区。过去稻米的出口值长期居出口总值第一位，有“东南亚谷仓”之美称。

27. ผมไม่มีสิ่งของที่ต้องแจ้งครับ 我没有要报关的东西。

基本句型

ต้อง... 要……，必须……

语法精讲

ต้อง 在泰语中作助动词，用于主要动词前，表示"要"、"应该"、"必须"等含意。

举一反三

1. เราต้องทำให้ดี
   我们要做好。
2. คุณต้องทำให้เสร็จ
   你必须做完。
3. เราต้องเรียนวิชาอะไรบ้าง
   我们要学哪些专业？
4. เราต้องออกกำลังกายทุกวัน
   我们应该每天锻炼身体。
5. ผมต้องไปคุยกับเขาหน่อย
   我必须去跟他谈一下。

情景会话

--- ขอดูพาสปอร์ตคุณครับ
请让我看一下你的护照。

--- นี่ พาสปอร์ตผมครับ
这是我的护照。

--- คุณมีสิ่งของที่ต้องแจ้งไหมครับ
你有没有要报关的东西?

--- ผมไม่มีอะไรต้องแจ้งครับ
我没有什么要报关的。

--- คุณมีของต้องห้ามอะไรไหม
你有没有什么违禁品?

--- ไม่มีครับ มีแต่หนังสือกับเสื้อผ้าครับ
没有，只有书和衣物。

单词一览

สิ่ง น. 东西,物品	ทุกวัน ว. 每天
ของ น. 东西,物品	คุย ก. 谈,聊天
ต้อง ก. 要,必须	ห้าม ก. 禁止,阻止
แจ้ง ก. 报告,告知	เสื้อผ้า น. 衣服
ให้ ก. 让,使得	มีแต่ ว. 只有,仅有
วิชา น. 专业	ออกกำลังกาย ก. 锻炼身体

文化点滴

优越的自然条件使泰国能够长年供给多品种的农副产品，繁荣了农贸市场。市场上各种蔬菜琳琅满目，水产品和畜产品亦极丰富。城市饮食业十分发达，大街小巷饮食店、小吃摊比比皆是。各大城市的超级市场或百货公司货源充足，品种齐全，成了各地居民的购物中心。

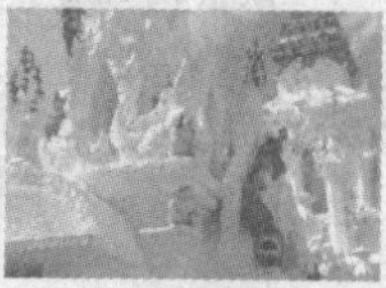

28. นี่เป็นเครื่องบินจากกรุงเทพฯ ถึงปักกิ่งของสายการบินไทย
这是泰航从曼谷到北京的班机。

基本句型

จาก... ถึง... 从……到……

语法精讲

จาก...ถึง... 这一句型在泰语中为前置词词组，表示“从×处到×处”或“从×时到×时”。

举一反三

1. นี่เป็นเครื่องบินจากปารีสถึงเซี่ยงไฮ้
   这是从巴黎到上海的飞机。
2. นี่เป็นเรือจากกวางโจวถึงสิงคโปร์
   这是从广州到新加坡的船。
3. นี่เป็นรถไฟจากคุณหมิงถึงปักกิ่ง
   这是从昆明到北京的火车。
4. จากอู่ห้านถึงจงกิงระยะทางเท่าไรครับ
   从武汉到重庆距离是多少？
5. นั่งรถยนตร์จากกวางโจวถึงฮ่องกงใช้เวลาเท่าไรครับ
   坐汽车从广州到香港要用多长时间？

情景会话

--- ช่วงวันชาติคุณจะหยุดกี่วันคะ
国庆期间你们放几天假？

--- 7 วันครับ จากวันที่ 1 ถึงวันที่ 7 ครับ
　　七天，从 1 号到 7 号。

--- คุณกะว่าจะไปเที่ยวที่ไหนบ้างคะ
　　你打算去哪儿玩（旅游）。

--- ผมกะว่าจะไปเที่ยวเมืองซีอานครับ
　　我打算去西安玩（旅游）。

--- จากปักกิ่งถึงซีอานระยะทางเท่าไรคะ
　　从北京到西安距离多远？

--- ประมาณ 1,000 กว่ากิโลครับ
　　大约 1000 多公里。

--- นั่งรถไฟไปต้องใช้เวลาเท่าไรคะ
　　坐火车去要花多长时间？

--- ประมาณ 18 ชั่วโมงครับ
　　大约 18 个小时。

单词一览

เครื่องบิน	น. 飞机	ระยะทาง	น. 距离
สายการบิน	น. 航线，航空公司	รถยนตร์	น. 汽车
หยุด	ก. 休息，放假	นั่ง	ก. 坐
ประมาณ	ว. 大约	วันชาติ	น. 国庆节
กิโล (เมตร)	น. 公里	กะว่า	ก. 打算

文化点滴

　　曼谷是全国的交通枢纽，水、陆、空交通便利。曼谷北郊的廊曼机场为国际航空港，也是东南亚地区最大的航空港，有 20 多条国际航线通过曼谷。铁路以曼谷为中心，分北线、东北线、东线和南线。曼谷港是全国最大的物资进出口港。

29. คุณพ่อคุณแม่ผมอยู่ (ที่) เซี่ยงไฮ้
我的父母住在上海。

基本句型

อยู่ (ที่) + 地点，住(在) + 某地

语法精讲

在“อยู่ที่ +地点”这一句型中，“อยู่ ”是主要动词，在句子中作谓语；“ ที่ ”是前置词，表示处所；“ ที่ +地点”组成前置词词组，在句子中作状语。但在口语中往往将“ ที่ ”省略。

举一反三

1. บ้านคุณหวังอยู่ (ที่) ปักกิ่ง
   小王家(住)在北京。
2. บ้านคุณหลินอยู่กวางโจว
   小林家在广州。
3. บ้านคุณวนิดาอยู่กรุงเทพฯ
   瓦妮达小姐家在曼谷。
4. บ้านคุณวิชัยอยู่เชียงใหม่
   威差先生家在清迈。
5. คุณสันติเป็นคนปักษ์ใต้ บ้านเขาอยู่สงขลา
   讪迪是南部人，他家在宋卡。

情景会话

--- คุณมาเมืองไทยบ่อยไหมครับ
   你经常来泰国吗?

--- ไม่บ่อยครับ

不常来。

--- คุณมีญาติอยู่กรุงเทพฯ ไหม

你有亲戚在曼谷吗?

--- ไม่มีครับ

没有。

--- บ้านผมอยู่กรุงเทพฯ ผมอยู่บ้านเลขที่ 21 ซอย 25 ถนนสุขุมวิท

我家在曼谷，我住在素坤逸路25巷21号。

--- ผมมีเพื่อนคนหนึ่ง บ้านเขาอยู่ถนนสุขุมวิทเหมือนกัน

我有一个朋友，他家也住在素坤逸路。

--- ว่าง ๆ เชิญมาเที่ยวที่บ้านนะครับ

有空请到我家来玩。

--- ขอบคุณมากครับ

谢谢。

单词一览

อยู่ ก. 住，居住，在	บ้านเลขที่ น. 门牌号第…
ปักษ์ใต้ น. (泰国) 南部	ที่… 序数词
บ้าน น. 家	ซอย น. 巷
สงขลา น. 宋卡(府)	ถนน น. 路
ญาติ น. 亲戚	สุขุมวิท น. 素坤逸

文化点滴

曼谷是世界著名的旅游城市，旅游设施完备。市内约有大小旅馆360余家，其中东方宾馆曾被列为世界40家最佳宾馆之首。随着现代工商业的发展，素有“东方威尼斯”之称的曼谷，如今只剩下几处象征性的“水上集市”供外国游客参观游览。

30. เราชอบเมืองนี้มาก
我们很喜欢这座城市。

基本句型

ชอบ... 喜欢，喜爱

语法精讲

在泰语中 ชอบ 是主要动词，在句子中作谓语。它后面的宾语可以是名词，如：ผมชอบอาหารฝรั่ง 我喜欢西餐；也可以是动宾结构，如：ผมชอบทานอาหารฝรั่ง 我喜欢吃西餐。

举一反三

1. ผมชอบอาหารจีน
   我喜欢中餐。
2. ผมชอบทานอาหารจีน
   我喜欢吃中餐。
3. ผมชอบดนตรี
   我喜欢音乐。
4. ผมชอบฟังดนตรี
   我喜欢听音乐。
5. ผมชอบถ่ายรูป
   我喜欢摄影。

情景会话

--- คุณชอบเล่นกีฬาไหมคะ
   你喜欢体育运动吗？

--- ชอบครับ

喜欢。

--- คุณชอบกีฬาอะไรบ้างคะ

你喜欢什么体育项目?

--- ผมชอบเล่นบอลล์ครับ

我喜欢打球。

--- คุณชอบเล่นบอลล์อะไรคะ

你喜欢打什么球?

--- ผมชอบเล่นบาสเกตบอล วอลเล่ย์บอลและเท็นนิสครับ

我喜欢打篮球、排球和网球。

单词一览

เมือง น. 城市	กีฬา น. 体育
นี้ ว. 这	หลาย ว. 许多
อาหารฝรั่ง น. 西餐	อย่าง น. 种,样
อาหารจีน น. 中餐	บอลล์ น. 球
ดนตรี น. 音乐	บาสเกตบอล น. 篮球
เล่น ก. 玩	วอลเล่ย์บอล น. 排球
ฟัง ก. 听	เท็นนิส น. 网球
ถ่ายรูป ก. 摄影	

文化点滴

泰国宪法规定：国王是国家之首，武装部队最高统帅，各种宗教的支持者。国王通过国会行使立法权，通过法院行使司法权，国王根据国会议长的提名任命内阁总理，根据总理提名任免内阁成员等。

31.

นี่คือแผนที่เซี่ยงไฮ้
这是一张上海地图。

基本句型

นี่ (คือ)... 这是……（表示近指）

语法精讲

　　泰语在指称事物的距离时，有近指、中指和远指。分别用指示代词 นี่、นั่น、โน่น 来表示。括号中的"คือ"在口语中往往省略。

举一反三

1. นี่ (คือ) ปากกา
   这是笔。
2. นั่น (คือ) หนังสือ
   那是书。
3. โน่น (คือ) แผนที่
   那是地图。
4. นี่ (คือ) หอพัก
   这是宿舍。
5. นั่น (คือ) โรงอาหาร
   那是食堂。
6. โน่น (คือ) หอสมุด
   那是图书馆。

情景会话

--- นี่ (คือ) รถ (ของ) คุณใช่ไหมคะ

这是你的车吗?

--- ไม่ใช่ครับ นั่น (คือ) รถผมครับ

不是，那是我的车。

--- โน่น (คือ) รถใครคะ

那是谁的车?

--- โน่น (คือ) รถคุณพ่อผมครับ

那是我爸爸的车。

--- รถคุณซื้อเมื่อไรคะ

你的车是什么时候买的?

--- ซื้อเมื่อปีที่แล้วครับ

去年买的。

单词一览

นี่ สรรพ. 这(近指)	โรงอาหาร น. 食堂
นั่น สรรพ. 那(中指)	หอสมุด น. 图书馆
โน่น สรรพ. 那(远指)	รถ น. 车
คือ ก. 是	ซื้อ ก. 购买
แผนที่ น. 地图	เมื่อไร ว. 什么时候
ปีที่แล้ว น. 去年	ก่อน ว. 先,前
หอพัก น. 宿舍	

文化点滴

泰国现国王普密蓬·阿杜德于1927年12月5日出生在美国马萨诸塞州的坎布里奇市，是迄今唯一出生在美国的国王。他是曼谷王朝五世王朱拉隆功的直系后裔。1946年其兄八世王逝世，同年6月9日由他继承王位，为曼谷王朝第九世王，他是泰国历史上在位时间最长的国王。

32. เขาคิดถึงบ้านเกิดเขามาก
他十分想念他的故乡。

基本句型

คิดถึง... 想念

语法精讲

คิดถึง在泰语中表示“想念”、“怀念”，它本身是“动词+前置词”的组合词，后面可直接跟名词，表示想念的对象。

举一反三

1. เขาคิดถึงบ้านเมือง (ปิตุภูมิ) เขามาก
   他十分想念他的祖国。
2. เขาคิดถึงพ่อแม่เขามาก
   他十分想念他的父母。
3. เขาคิดถึงลูกเมียเขามาก
   他十分想念他的妻儿。
4. เขาคิดถึงญาติพี่น้องเขามาก
   他十分想念他的亲人。
5. ผมคิดถึงคุณเสนีย์เพื่อนเก่าผมมาก
   我十分想念我的老朋友社尼先生。

情景会话

--- คุณเฉินมาอยู่เมืองไทยนานหรือเปล่าคะ
    陈先生来泰国很久了吗?

--- นานพอสมควรครับ

很久了。

--- คุณเฉินคิดถึงพ่อแม่บ้างไหมคะ

陈先生想念父母吗?

--- คิดถึงมากครับ คิดถึงทุกวันเลย

十分想念，每天都想。

--- คุณเฉินกะว่าจะกลับเมืองจีนเมื่อไรคะ

陈先生打算什么时候回中国?

--- กะว่าจะกลับเร็ว ๆ นี้ครับ

打算最近就回。

单词一览：

คิดถึง	ก. 想念	เมีย	น. 妻子,老婆
บ้านเกิด	น. 家乡	เพื่อนเก่า	น. 老朋友
บ้านเมือง	น. 祖国	...หรือเปล่า	……了吗?
ปิตุภูมิ	น. 祖国	พอสมควร	ว. 相当
ลูก	น. 子女,孩子	เลย	ว. 确实,根本

文化点滴

　　泰国的华人大多是在 19 世纪末和 20 世纪初，因灾荒、战乱等从中国广东、福建等沿海各省来到泰国。长期以来，他们与当地人和睦相处，甘苦与共，相互通婚的现象也很多。不少华人还或多或少地保留着中国的传统风俗、生活习惯、说家乡话等。华人中以广东潮州一带的人最多，其次是客家人和福建人。

33. ในห้องเรียนมีนักเรียน 10 คน
教室里有10名学生。

基本句型

มี... 有……

语法精讲

มี 是一个使用很广泛的动词，可作及物动词，也可作不及物动词。若表示“有……”时，则在“มี”后直接加名词即可。若是否定式，则在“มี”前加“ไม่”即可。

举一反三

1. ผมมีปากกาสองด้าม
   我有两支笔。
2. ผมมีหนังสือหลายเล่ม
   我有好几本书。
3. เขามีพี่ชายคนหนึ่ง
   他有一个哥哥。
4. คุณมีน้องชายไหม
   你有弟弟吗?
5. ฉันไม่มีน้องชาย
   我没有弟弟。

情景会话

--- คุณมีพี่น้องกี่คนคะ

你有几个兄弟姐妹?

--- สองคนครับ ผมมีพี่สาวคนหนึ่งและน้องสาวคนหนึ่งครับ

两个，我有一个姐姐和一个妹妹。

--- พี่สาวคุณอายุเท่าไรคะ

你姐姐多大了？

--- เกือบ 30 แล้วครับ

快 30 了。

--- น้องสาวคุณล่ะ

你妹妹呢？

--- 20 กว่าครับ

20 多了。

单词一览

ใน	บ.	在……里	
ห้องเรียน	น.	教室	
นักเรียน	น.	学生	
ด้าม	น.	支	

หลาย	ว.	好几
พี่	น.	哥哥 姐姐
น้อง	น.	弟弟 妹妹
เกือบ	ว.	几乎 接近

文化点滴

在旅游、移居政策上，泰国政府允许泰国华侨、华人自由到中国大陆探亲、旅游，并允许中国公民到泰国探亲、旅游。泰国对移民限制很严，每年每个国家移居泰国的人数不能超过百名，但近年来，泰为争取外资，规定凡投资泰国者，可获得在泰国永久居留权。

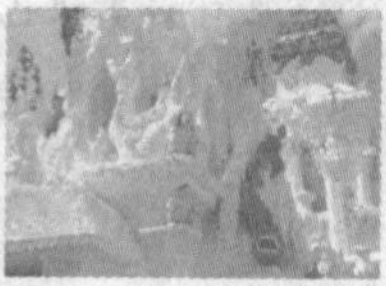

34. คุณประสงค์เรียนภาษาจีนมาสองปีแล้ว
巴颂学中文已经两年了。

基本句型

เรียน... 学……

语法精讲

เรียน在泰语中主要用于表示学习某种知识，เรียน后一般跟名词。

举一反三

1. คุณหวังเรียนภาษาไทยมาสี่ปีแล้ว
   小王学泰文已经四年了。
2. ผมเรียนภาษาอังกฤษมาสามปีแล้ว
   我学英文已经三年了。
3. ฉันเรียนคอมพิวเตอร์มาหลายเดือนแล้ว
   我学计算机已经好几个月了。
4. คุณเรียนวิชาอะไรคะ
   你学什么专业？
5. ผมเรียนฟิสิกส์ครับ
   我学物理。

情景会话

--- คุณสุดามาปักกิ่งเมื่อไรครับ
   素达小姐什么时候来北京的？

--- ฉันมาหลายเดือนแล้วค่ะ
我来好几个月了。
--- คุณมาทำงานหรือมาเรียนหนังสือครับ
你是来工作的还是来学习的？
--- มาเรียนหนังสือค่ะ
来学习的。
--- คุณเรียนที่ไหนครับ
你在哪儿学习？
--- เรียนที่มหาวิทยาลัยปักกิ่งค่ะ
在北京大学学习。
--- คุณเรียนวิชาอะไรครับ
你学什么专业？
--- ฉันเรียนภาษาจีนค่ะ
我学汉语。

单词一览

อังกฤษ น. 英国		ฟิสิกส์ น. 物理	
คอมพิวเตอร์ น. 计算机		ที่ บ. 在……地方	
มหาวิทยาลัยปักกิ่ง น. 北京大学		หรือ สัน. 还是	
วิชา น. 专业			

文化点滴

在泰国，除了人们常用的语言外，还有皇语。皇语顾名思义
就是王室用语，或对王室重要成员说话用的语
言。现常用在与王室重要成员的交谈或书面文
件上，一般在广播报道或宣传刊物上提到王室
重要成员的活动时也使用这类语言。

35.

เขารู้ภาษาฝรั่งเศส

他懂法语。

基本句型

รู้... 懂……，知道……

语法精讲

在泰语中"รู้"与"เข้าใจ"是两个近义词，"รู้"的含意侧重于"知道"，而"เข้าใจ"的含意则侧重于"懂得"、"明白"。泰国人在表达懂某种语言时，习惯用"รู้"，而不用"เข้าใจ"。

举一反三

1. คุณจางรู้ภาษาเยอรมัน
   张先生懂德语。
2. คุณหวังรู้ภาษาสเปน
   王先生懂西班牙语。
3. คุณหลิวรู้ภาษาญี่ปุ่น
   刘先生懂日语。
4. คุณรู้เรื่องนี้ไหม
   你知道这件事吗？
5. ผมไม่รู้
   我不知道。

情景会话

— คุณหลี่คะ คุณรู้ภาษาเยอรมันไหม
   小李，你懂德语吗？

--- ผมไม่รู้ครับ แต่คุณเฉินเขารู้

我不懂，但小陈懂。

--- คุณเฉินรู้หลายภาษาใช่ไหมคะ

小陈懂好几种语言是吗？

--- ใช่ครับ เขารู้ภาษาอังกฤษ ภาษาเยอรมันและภาษาฝรั่งเศส

对，他懂英语、德语和法语。

--- เขาเรียนที่ไหนคะ

他在哪儿学的？

--- เรียนที่มหาวิทยาลัยภาษาต่างประเทศเซี่ยงไฮ้ครับ

在上海外国语大学学的。

--- เขาเรียนมากี่ปีคะ

他学了几年？

--- เขาเรียนมาสี่ห้าปีครับ

他学了四、五年。

单词一览

รู้ ก. 懂,知道		เรื่อง น. 事情	
เข้าใจ ก. 懂得,明白		ต่างประเทศ น. 外国	
เยอรมัน น. 德国		ภาษาต่างประเทศ น. 外语	
สเปน น. 西班牙			

文化点滴

　　泰语属汉藏语系壮侗语族。有关泰国文字的来源，据泰国出土的素可泰石碑记载，是泰国素可泰王朝三世王兰甘亨创造的。其实根据文字学的知识，可以说任何一种文字都不可能是某个人创造的。如果我们考察一下泰国邻国的文字，会发现柬埔寨文字和老挝文字都与泰文十分相似。

36.

คุณพูดไทยได้ไหม

你会说泰语吗？

基本句型

พูด...ได้　会说……

语法精讲

在泰语中 ได้ 与 เป็น 是两个近义词，ได้的含意侧重于"能"、"可以"，而 "เป็น" 的含意则侧重于 "会"。泰国人在表达会说某种语言时，习惯用 "ได้"，而不用 "เป็น"。

举一反三

1. คุณติงพูดภาษารัสเซียได้
   丁先生会说俄语。
2. คุณเจียงพูดภาษาอิตาลีได้
   江小姐会说意大利语。
3. คุณจูพูดภาษารูเมเนียได้
   朱先生会说罗马尼亚语。
4. คุณหม่าพูดภาษาอาหรับได้
   马小姐会说阿拉伯语。
5. คุณอู๋พูดภาษาเกาหลีได้
   吴先生会说韩语。

情景会话

--- คุณมาเมืองไทยบ่อยไหมคะ
    你经常来泰国吗？

--- ไม่บ่อยครับ ผมมาเป็นครั้งแรกครับ

不，我是第一次来。

--- ทำไมคุณจึงพูดไทยได้นะคะ

你怎么会说泰语？

--- ผมเคยเรียนภาษาไทยมาครับ

我学过泰语。

--- คุณเรียนที่ไหนคะ

你在哪儿学的泰语？

--- ผมจบวิชาภาษาไทยที่มหาวิทยาลัยปักกิ่งครับ

我在北京大学泰语专业毕业。

--- มิน่าเล่า คุณถึงพูดได้ชัดดีมากค่ะ

难怪你说得那么好。

单词一览

พูด	ก. 说	อาหรับ	น. 阿拉伯
รัสเซีย	น. 俄罗斯	แรก	ว. 首,第一
อิตาลี	น. 意大利	เคย	ว. 曾经
รูเมเนีย	น. 罗马尼亚	จบ	ก. 完结,毕业
มิน่าเล่า	ว. 难怪,怪不得	ชัด	ว. 清楚

文化点滴

　　泰国有"水果王国"之称，很多人对泰国的水果难以忘怀。泰国水果分季节性水果和长年性水果。长年水果有：香蕉、柑、橘、柚、西瓜、葡萄、木瓜、椰子、菠萝、番石榴、菠萝蜜等。季节性水果有：荔枝、龙眼、芒果、榴莲、山竹、红毛丹等。不少水果香飘四海，远销世界各地。

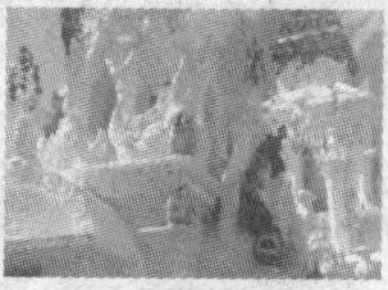

37.

กรุณาพูดซ้ำอีกครั้ง

请再重复一遍。

基本句型

...อีกครั้ง 再一次，又一次

语法精讲

อีกครั้ง 在泰语中为副词，表示"再一次"、"又一次"。在句子中的作用是修饰动词，一般用于句尾。

举一反三

1. พูดอีกครั้ง
   再说一遍。
2. อ่านอีกครั้ง
   再读一遍。
3. เขียนอีกครั้ง
   再写一遍。
4. ฟังอีกครั้ง
   再听一遍。
5. ทำอีกครั้ง
   再做一遍。

情景会话

--- คุณจางคะ เมื่อคืนไปไหน
    小张，昨晚你去哪儿了？

--- ผมไปดูหนังครับ

  我去看电影了。

--- เป็นไง น่าดูไหม

  怎么样，好看吗？

--- น่าดูมากครับ วันนั้นผมดูมาแล้ว เมื่อคืนไปดูอีกครั้ง

  很好看，那天我看过了，昨晚又去看了一遍。

--- น่าเสียดาย ฉันยังไม่ได้ดูเลย

  真遗憾，我还没看过呢。

--- คืนนี้ไปดูด้วยกันไหม

  今晚一起去看好吗？

--- คุณจะไปดูอีกครั้งหรือคะ

  你还要再去看一遍？

--- ครับ อยากไปดูอีกครั้ง

  对，还想再看一遍。

单词一览

ซ้ำ	ว. 重复,重叠	เมื่อคืน	น. 昨晚
อีกครั้ง	ว. 再一次	น่าดู	ว. 好看
อ่าน	ก. 读,念	น่าเสียดาย	ว. 令人遗憾
เขียน	ก. 写	น่า	ว. 可,好,令人,值得
ฟัง	ก. 听		

文化点滴

  榴莲是泰国的水果之王，是从马来半岛移植来的。据传"榴莲"两字来自我国明朝航海家郑和下西洋时的一则故事。当时郑和来到南洋群岛，随从因人地生疏，思乡心切。一日，郑和见路旁有一果树，果实奇特，一尝则觉果味鲜美，令人乐不思乡，流连忘返。故此，郑和取其名曰"留连"。后来植物学家取其音，改写为"榴莲"。

38. ในหอสมุดเต็มไปด้วยนิสิต 图书馆里坐满了学生。

基本句型

เต็มไปด้วย... 被……占满，充满……

语法精讲

เต็มไปด้วย... 在泰语中是一个固定格式，表示“充满……”。“ด้วย”为前置词，其作用是引导后面的名词或名词词组来修饰动词，在句子中作状语。

举一反三

1. ในห้องเรียนเต็มไปด้วยนักเรียน
   教室里坐满了学生。
2. ในหอประชุมเต็มไปด้วยนักข่าว
   会议厅里坐满了记者。
3. ในโรงละครเต็มไปด้วยผู้ชม
   剧院里坐满了观众。
4. ในร้านสรรพสินค้าเต็มไปด้วยสินค้าประเภทต่าง ๆ
   百货商店里摆满了各类商品。
5. เราเต็มไปด้วยความมั่นใจ
   我们充满信心。

情景会话

--- คุณหลิวครับ บ้านคุณอยู่เมืองไหนครับ
小刘，你家在哪个城市？

--- บ้านฉันอยู่เซี่ยงไฮ้ค่ะ คุณเคยไปเซี่ยงไฮ้ไหมคะ
我家在上海。你去过上海吗?

--- เคยไปครับ
去过。

--- รู้สึกเซี่ยงไฮ้เป็นไงบ้างคะ
感觉上海怎么样?

--- เซี่ยงไฮ้เป็นเมืองเจริญมาก ในตัวเมืองเต็มไปด้วยศูนย์การค้าและ
ร้านสรรพสินค้าต่าง ๆ นานา
上海是个非常发达的城市,市里到处都是购物中心和百货
商店。

--- ใช่ค่ะ ในศูนย์การค้าเต็มไปด้วยสินค้ายี่ห้อดี ๆ ของประเทศต่าง ๆ
对,购物中心里摆满了各国的名牌产品。

单词一览

นิสิต	น. (大学)学生	สินค้า	น. 商品
หอประชุม	น. 会议厅	ประเภท	น. 类别
นักข่าว	น. 记者	ความมั่นใจ	น. 信心
โรงละคร	น. 剧院	เจริญ	ว. 发达
ผู้ชม	น. 观众	ศูนย์การค้า	น. 购物中心
ต่าง ๆ นานา	ว. 各种各样	ยี่ห้อ	น. 牌,商标
ร้านสรรพสินค้า	น. 百货商店		

文化点滴

　　泰国城市建设发展很快,高楼大厦鳞次栉比。私人住宅样式
繁多,有公寓式、排屋式、花园式等,外形美
观,内部装饰精致,设施先进,但贫富悬殊很
大,曼谷有贫民窟不下300处,约有1/10的市
民居住在那里。

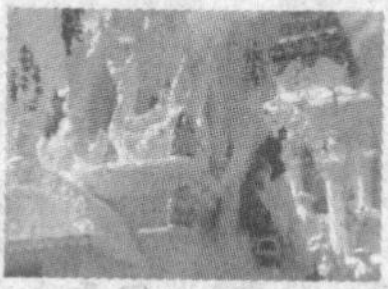

39. ผมต้องการยืมนวนิยายสักเล่ม

我需要借一本小说。

基本句型

ต้องการ... 需要……

语法精讲

ต้องการ在泰语中为动词，后面可以直接跟名词或动宾词组，表示“需要……”或“需要干……”。

举一反三

1. คุณต้องการยืมหนังสือเล่มไหนครับ
   你要借哪一本书？
2. ผมต้องการเสื้อสักตัว
   我需要一件衣服。
3. ผมต้องการซื้อเสื้อสักตัว
   我需要买一件衣服
4. ผมต้องการรถจักรยานสักคัน
   我需要一辆自行车。
5. ผมต้องการซื้อรถจักรยานสักคัน
   我需要买一辆自行车。

情景会话

--- เพื่อน ๆ จะไปเที่ยวชานเมือง คุณไปไหมคะ

同学们要去郊游，你去吗？

--- ผมอยากไปเหมือนกัน แต่ผมต้องการรถจักรยานสักคัน
  我也想去，但我需要一辆自行车。

--- คุณไม่มีรถจักรยานหรือคะ
  你没有自行车吗？

--- มีครับ แต่คนอื่นเอาไปใช้ (แล้ว) ครับ
  有，但别人拿去用了。

--- คุณไปซื้ออีกคันไม่ดีหรือคะ
  你再去买一辆不好吗？

--- ไม่ครับ ผมไม่ต้องการซื้อ ผมต้องการยืม
  不，我不需要买，我需要借。

单词一览

ต้องการ	ก. 需要	ชานเมือง	น. 市郊
ยืม	ก. 借	แต่	ส. 但是
นวนิยาย	น. 小说	เอา	ก. 拿
รถจักรยาน	น. 自行车	ใช้	ก. 用，使用
คัน	น. 辆		

文化点滴

　　泰国古建筑雕梁画栋、金碧辉煌，尖顶装饰直插云霄，具有鲜明的民族特色。它集中体现在佛寺和宫廷建筑上，代表泰国民族建筑的最高成就。山墙装饰是泰国古建筑的精华，它的每一部分都是一件精雕细镂的艺术品，并有一定的象征性。古建筑的高台基建筑独具特色，有防雨水和河水泛滥的优点。

40.

เขาลืมติดหนังสือมา
他忘了带书。

基本句型

ลืม... 忘记……

语法精讲

ลืม 在泰语中是动词，后面可以跟名词、动宾词组甚至句子，表示"忘了……"或"忘了干……"。

举一反三

1. ผมลืมติดปากกามา
   我忘了带钢笔。
2. ฉันลืมติดกระเป๋าเงินมา
   我忘了带钱包。
3. เขาลืมติดบัตรประชาชนมา
   他忘了带公民身份证。
4. ผมลืมชื่อคุณ
   我忘了你的名字。
5. ผมลืมคุณชื่ออะไร
   我忘了你叫什么名字。

情景会话

--- คุณหลินไปไหนครับ
    小林去哪儿了？

— ไปหอสมุดค่ะ มีธุระอะไรหรือคะ
  去图书馆了，有什么事吗？

— คืนนี้มีประชุม ผมลืมบอกเขา
  今晚开会，我忘了告诉他。

— ไม่เป็นไรค่ะ เดี๋ยวฉันบอกเขาก็แล้วกัน
  没关系，待会儿我告诉他好了。

— ขอบคุณครับ อย่าลืมนะ
  谢谢，别忘了。

— ไม่ลืมค่ะ
  不会忘的。

单词一览

ลืม	ก. 忘记	บัตรประชาชน	น. 公民身份证
ติด	ก. 携带	ไม่เป็นไร	没关系
กระเป๋า	น. 包	ก็แล้วกัน	……好了 (语助词)
เงิน	น. 钱	อย่า	ว. 别
ธุระ	น. 事情		

文化点滴

　　泰国人有进屋脱鞋的习惯，据说这来自过去高脚屋的居住习惯。因屋内"无床几之制"，坐卧于地板之上，所以地板必须天天擦洗，保持清洁。现今城市楼房住宅多为混凝土结构，屋内家具齐全。但很多家庭以及一些办公室仍保持进屋脱鞋的习惯。地板每天擦洗，十分干净，进屋时必须把鞋脱在门口，穿袜或光脚进屋。

41. อยู่กับเพื่อน ผมรู้สึกสบายใจมาก
和朋友在一起，我感到很自在。

基本句型

รู้สึก... 感到……

语法精讲

รู้สึก 在泰语中是动词，表示"感到……"、"觉得……"。后面可以跟形容词或句子。若后面跟一个句子，一般要在รู้สึก 之后加"ว่า"来连接，但在口语中往往省略。

举一反三

1. ผมรู้สึกร้อน
   我觉得挺热。
2. ผมรู้สึก (ว่า) อากาศวันนี้ร้อนมาก
   我觉得今天天气很热。
3. ผมรู้สึกยาก
   我觉得挺难。
4. ผมรู้สึก (ว่า) บทนี้ยากมาก
   我觉得这课很难。
5. ฉันรู้สึกดีใจมาก
   我感到很高兴。

情景会话

--- หวังหมิง: คุณหมอครับ ผมรู้สึกไม่ค่อยสบายครับ

王明：医生，我感觉不太舒服。

--- หมอ: คุณมีอาการเป็นอย่างไรบ้าง
　　医生：你有些什么症状(你哪里不舒服)？
--- หวังหมิง: ผมรู้สึกปวดหัว ไอ เจ็บคอและรู้สึกเมื่อยทั้งตัว
　　王明：我感觉头疼、咳嗽、喉咙疼，浑身酸疼。
--- หมอ: ไอถี่ไหม เป็นมากี่วันแล้ว
　　医生：咳嗽厉害吗？有几天了？
--- หวังหมิง: ไอถี่ครับ เป็นมาสองสามวันแล้วครับ
　　王明：咳嗽厉害，有两、三天了。

单词一览

สบายใจ	ว. 心情舒畅, 自在	เป็นอย่างไร	น. 如何, 怎样
บท	น. 课	ปวดหัว	ก. 头疼
ดีใจ	ว. 高兴, 快乐	ไอ	ก. 咳嗽
เมื่อย	ก. 酸疼	เจ็บคอ	ก. 喉咙疼
ถี่	ว. 频繁, 稠密	ทั้งตัว	ว. 全身
หมอ	น. 医生	เป็น	ก. 得, 患(病)
อาการ	น. 症状		

文化点滴

　　我国有句俗话，谓"花无百日红"，所以中国人对花有"花开花落终有时"之感。但在泰国却不然。泰国是常年繁花似锦，花香四季。泰国人爱花也成风尚，马路、街头到处可见买花、卖花者，家庭、公司或机关之内，也常有鲜花装饰点缀。此外，喜庆吉日，佛教仪式也离不开花，花已成为人们生活中须臾不可缺少之物。

42.

ผมจะพยายามไปเร็วที่สุด

我尽量尽快到达。

基本句型

พยายาม... 尽量……

语法精讲

    พยายาม 在泰语中为副词，通常用于动词前，表示"尽量……"、"努力……"、"争取……"。

举一反三

1. เราต้องพยายามทำงาน
   我们要努力工作。
2. คุณต้องพยายามทำงานนี้ให้เสร็จ
   你要尽量完成这项工作。
3. เราต้องพยายามเรียน
   我们要努力学习。
4. คุณต้องพยายามเรียนภาษาไทยให้ดี
   你要争取学好泰语。
5. เราต้องพยายามทำตามอาจารย์สั่ง
   我们要尽量按老师要求的去做。

情景会话

--- ภาษาไทยเรียนยากไหมครับ
    泰语难学吗？

--- ค่อนข้างยากค่ะ
　　比较难。

--- การออกเสียงยากไหมครับ
　　发音难吗？

--- ยากค่ะ แต่เราพยายามออกเสียงให้ถูกต้อง
　　难，但我们尽量争取把音发准。

--- การบ้านเยอะไหมครับ
　　作业多吗？

--- เยอะค่ะ แต่เราก็พยายามทำให้เสร็จภายในเวลากำหนด
　　多，但我们也尽量在规定的时间内做完。

--- คุณเรียนขยันไหมครับ
　　你学习用功吗？

--- ขยันค่ะ ฉันจะพยายามเรียนภาษาไทยให้ดี
　　用功，我要努力学好泰语。

单词一览：

พยายาม ว. 尽量,努力	การ น. 名词前缀
ให้ ว. 使	ออกเสียง ก. 发音
ตาม บ. 按照	ภายใน บ. 在……之内
สั่ง ก. 命令,吩咐	กำหนด ก. 规定
ค่อนข้าง ว. 比较	ขยัน ว. 用功,刻苦

文化点滴

　　泰国的大象不仅在历史上是转战沙场、身经百战的"功臣"，还是热带丛林中理想的交通运输工具。大象体形庞大，行动缓慢，但生性温顺乖巧，易于驯服。跋山涉水，如履平地。尤其是在交通不便的山间丛林小道，至今仍要靠大象来搬运木材。

43. ผมขอแสดงความเคารพด้วย
我谨向您表达我的敬意。

基本句型

แสดง... 表达……

语法精讲

①在泰语中 แสดง 是个多义动词，可以表示“表达”、“表示”；“表现”、“表明”；“表演”、“演出”；“展览”、“陈列”等多种含意。② การ 与 ความ 在泰语中为名词前缀，当需要将动词名词化时，在具体动词前加“การ”，在抽象动词前加“ความ”。

举一反三

1. ผมขอแสดงความยินดีด้วย
   我谨向你表示祝贺。
2. ขอแสดงความยินดีเป็นอย่างยิ่ง
   向你表示衷心的祝贺。
3. เขาแสดงความโกรธออกมาต่อหน้าเพื่อน
   他在朋友面前表现出气愤。
4. เขาไม่ได้แสดงท่าทีอะไรเลย
   他没有表明什么态度。
5. ละครนี้แสดงได้ดี
   这剧演得很好。

情景会话

--- ได้ยินว่า คุณจะไปเรียนนอกใช่ไหมคะ
听说你要去留学是吗?

--- ใช่ครับ ผมจะไปเรียนที่ฝรั่งเศสครับ
 是的，我要去法国学习。

--- ฉันขอแสดงความยินดีด้วย
 我向你表示祝贺。

--- ขอบคุณครับ
 谢谢。

--- คุณจะไปเมื่อไรคะ
 你什么时候去？

--- จะไปอาทิตย์หน้าครับ
 下星期。

单词一览

แสดง ก. 表达,表示		ต่อหน้า บ. 在……面前	
ความ น. 名词前缀		ละคร น. 剧,戏	
เคารพ ก. 尊敬		ได้ยินว่า ก. 听说	
อย่างยิ่ง ว. 十分,非常		เรียนนอก ก. 留学	
โกรธ ก. 生气,气愤		อาทิตย์หน้า น. 下星期	
ท่าที น. 态度			

文化点滴

　　近些年来，曼谷出现了一种出租摩托车行业。街头路边常常停有一群摩托车，驾驶人有的穿制服，有的不穿，一般在后座上乘坐一位乘客。乘客可以当面议价，价格便宜，它的特点是快，能穿街走巷。因它体积小，遇上红灯，能在被红灯堵住的汽车与汽车的夹缝中，左拐右弯跑到最前面。红灯一灭，摩托车由于启动快，把汽车远远地抛在后面。

44. ช่วงตรุษจีน นักเรียนจีนในฝรั่งเศส
คิดถึงญาติพี่น้องเขาเป็นอย่างยิ่ง
春节期间，在法国的中国留
学生十分想念他们的亲人。

基本句型

ช่วง... ……期间

语法精讲

ช่วง 与 ระหว่าง 是近义词，但 ระหว่าง... 侧重于表示 "在……之间"，而ช่วง 则侧重于表示 "在……期间"。

举一反三

1. ช่วงตรุษจีน เมืองจีนจะหยุด 5~8 วัน
   春节期间，中国放假5到8天。
2. ช่วงตรุษสงกรานต์ อากาศเมืองไทยร้อนที่สุด
   泼水节期间，泰国天气最热。
3. ช่วงตรุษสงกรานต์ พวกหนุ่มสาวต่างสาดน้ำกันใหญ่อย่างสนุกสนาน
   泼水节期间，青年男女们都泼水狂欢。
4. ช่วงวันชาติ เมืองจีนมักจัดงานฉลองอย่างมโหฬาร
   国庆节期间，中国常常举行盛大的庆祝活动。
5. ช่วงปิดเทอม ผมจะกลับไปเยี่ยมพ่อแม่
   假期，我要回去探望父母。

情景会话

— ช่วงปิดเทอมฤดูร้อน คุณกะว่าจะทำอะไรบ้างคะ
   暑假期间，你打算做什么？

— ผมกะว่าจะออกไปเที่ยวครับ
　　我打算出去旅游。

— คุณจะไปเที่ยวที่ไหนคะ
　　你到哪儿去旅游。

— ผมจะไปเที่ยวภาคอีสานครับ
　　我要去东北旅游。

— ทำไมไม่ไปเที่ยวภาคใต้ล่ะคะ
　　怎么不去南方旅游？

— เพราะช่วงปิดเทอมฤดูร้อน อากาศภาคใต้จะร้อนมากครับ
　　因为暑假期间，南方天气很热。

单词一览

ช่วง	น. 期间	สนุกสนาน	ว. 愉快
ตรุษจีน	น. 春节	วันชาติ	น. 国庆节
ตรุษสงกรานต์	น. 泼水节	จัด	ก. 举行，举办
หนุ่ม	น. 男青年	ฉลอง	ก. 庆祝
สาว	น. 女青年	มโหฬาร	ว. 盛大，隆重
ต่าง	สรรพ. 各自	ภาค	น. 地区，部分
ปิดเทอม	ก. 放假(学期假)	อีสาน	น. 东北
สาดน้ำ	ก. 泼水		

文化点滴

　　有人说曼谷的堵车堪称"世界之最"，人们上班迟到的理由常常是"堵车"。交通高峰时间的闹市区，堵车长约二三百米，一次堵车常要费时10多分钟。有时10公里的路程，汽车要走一小时。

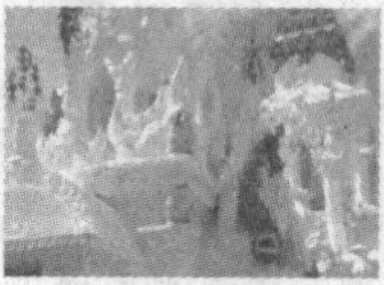

45. เขาเป็นอาจารย์สอนภาษาไทย 他是泰语教师。

基本句型

เป็น + 职业，是 + 职业

语法精讲

在泰语中 เป็น 是个多义词，可以作系动词、动词、副词和形容词，可以表示“是”，“当”、“担任”，“生（病）”、“患（病）”，“会”、“能”，“活”、“生” 等多种含意。

举一反三

1. เขาเป็นอาจารย์สอนภาษาฝรั่งเศส
   他是法语教师。
2. เขาเป็นหมอ
   他是医生。
3. เขาเป็นทนาย
   他是律师。
4. เขาเป็นนักกีฬา
   他是运动员。
5. เขาเป็นนักเรียน
   他是学生。

情景会话

--- คุณหวังคะ ครอบครัวคุณมีกี่คนคะ
    小王，你家有几口人？

--- สี่คนครับ มีคุณพ่อ คุณแม่ พี่ชายและผมครับ
　　四口人，有爸爸，妈妈，哥哥和我。

--- คุณพ่อคุณทำงานอะไรคะ
　　你爸爸做什么工作？

--- คุณพ่อเป็นหมอครับ
　　我爸爸是医生。

--- คุณแม่คุณทำงานอะไรคะ
　　你妈妈做什么工作？

--- คุณแม่เป็นครูครับ
　　妈妈是老师。

单词一览

สอน ก. 教	ครอบครัว น. 家庭
ทนาย น. 律师	ครู น. 老师(中、小学)
นักกีฬา น. 运动员	และ บ. 和

文化点滴

　　乐善好施风气的盛行，在泰国已有悠久的历史。小乘佛教之所以能在泰国长期流传，其重要原因是广大信徒每日斋僧布施。而今，乐善好施已不局限于佛教事业，它已扩展到社会的各个方面。最能说明这种风气盛行的例子，是泰国慈善事业的发展。在泰国，只要你翻开报纸，几乎天天可以看到社会各界人士主动捐款赞助各慈善机构的消息。

46. เขารับปากว่าจะช่วยผมหางานทำ 他答应帮我找一份工作。

基本句型

รับปากว่า... 答应……

语法精讲

รับปาก 在句子中是主要动词，表示“答应”。ว่า 是关联词，起连接主句与从句的作用。

举一反三

1. เขารับปากว่าจะช่วยผมซ่อมรถ
   他答应帮我修车。
2. ผมรับปากว่าจะไปเยี่ยมเขา
   我答应去看他。
3. พี่ชายรับปากว่าจะพาฉันออกไปเที่ยว
   哥哥答应带我出去旅游。
4. ฉันรับปากว่าจะช่วยเขาทำการบ้าน
   我答应帮他做作业。
5. เขารับปากว่า คืนนี้จะไปดูหนังด้วยกัน
   他答应今晚和我一起去看电影。

情景会话

--- ช่วงตรุษสงกรานต์คุณจะหยุดกี่วันครับ
    泼水节期间，你们放几天假？

--- หยุด 5 วันค่ะ

放5天。

--- คุณเตรียมจะไปเที่ยวที่ไหนครับ

你准备去哪儿玩?

--- พี่ชายรับปากว่าจะพาฉันไปเที่ยวเชียงใหม่ค่ะ ไปด้วยกันไหม

哥哥答应带我去清迈旅游，一起去好吗?

--- ไม่ละครับ

不了。

--- ทำไมคะ

为什么?

--- เพราะผมรับปากว่า จะกลับไปเยี่ยมพ่อแม่ครับ

因为我答应要回去看望父母。

单词一览

รับปาก ก. 答应	ซ่อม ก. 修理
ช่วย ก. 帮,帮助	พา ก. 带,带领
หา ก. 找	เตรียม ก. 准备

文化点滴

泰国人偏好舶来品。由于泰国工业基础薄弱，不少轻重工业产品都要依靠进口。市场上的进口货不仅数量多，种类也多。有些轻工业产品本国也有生产，但还要进口，如橡皮、铅笔等文具和布匹、皮鞋、皮包等生活用品。甚至在这个享有“水果王国”之称的国度里，水果也要进口。进口货虽比本国货昂贵，但许多人还是爱买进口货，其中除了质量原因外，偏好舶来品也是一种社会时尚。

47.

ทำงานนี้ให้เสร็จภายในหนึ่งวันเป็นไปไม่ได้

在一天之内完成这项工作是不可能的。

基本句型

...เป็นไปไม่ได้ ……是不可能的

语法精讲

...เป็นไปไม่ได้ 在泰语中是一个惯用句型，表示"……是不可能的"。它前面可以是名词也可以是一个句子。

举一反三

1. เรื่องนี้เป็นไปไม่ได้
   这件事是不可能的。

2. ทำการบ้านให้เสร็จภายในหนึ่งชั่วโมงเป็นไปไม่ได้
   在一个小时内完成作业是不可能的。

3. อ่านหนังสือเล่มนี้ให้จบภายในหนึ่งวันเป็นไปไม่ได้
   在一天之内看完这本书是不可能的。

4. หัดขับรถเป็นภายในสองวันเป็นไปไม่ได้
   在两天之内学会开车是不可能的。

5. จะให้ผมไปถึงนั่นภายในครึ่งชั่วโมงเป็นไปไม่ได้
   让我在半小时之内赶到那里是不可能的。

情景会话

--- คุณไปซื้อหนังสือใหม่มา ใช่ไหมครับ
    你去买新书了是吗？

--- ใช่ค่ะ
是的。

--- ซื้อมากี่เล่มครับ
买了几本？

--- สามสี่เล่มค่ะ
三、四本。

--- ผมขอยืมอ่านหน่อยได้ไหมครับ
我能借来看看吗？

--- ได้ค่ะ แต่คุณต้องอ่านจบภายในหนึ่งวันนะคะ
可以，但你得在一天之内看完。

--- หนังสือสามสี่เล่ม ให้ผมอ่านจบภายในหนึ่งวันเป็นไปไม่ได้ครับ
三、四本书，让我在一天之内看完是不可能的。

单词一览

เป็นไปไม่ได้ ก.不可能	ขับรถ ก.开车
เรื่อง น.事情	ครึ่ง ว.半，一半
จบ ว.完结	ใหม่ ว.新
หัด ก.练习	ยืม ก.借

文化点滴

　　泰国人喜斗赛、趋赌博。泰国斗赛之风极盛，斗赛的名目也很多。除了官方经营举办的可容纳成千上万观众的赛马、拳斗、选美、赛风筝之外，民间还有很多斗赛的项目，如斗鸡、斗牛、斗鱼、斗风筝等。谈及赌博，泰国是禁赌国家，走遍全国，找不到一家公开的赌场，但私下的、变相的赌博比比皆是，而且很多赌博是伴随斗赛项目进行的。

48. เราจะไปที่นั่นโดยรถเมล์
我们乘公共汽车去那里。

基本句型

โดย... 乘……

语法精讲

โดย是前置词，可以表示“乘……”、“用……”、“由……”、“通过……”等多种含意。既可以引导一个词或一个词组修饰前面的动词，也可以引导句子去修饰前面的动词。

举一反三

1. ฉันไปโรงเรียนโดยรถเมล์ทุกวัน
   我每天乘公共汽车去学校。
2. ผมจะไปกรุงเทพฯ โดยเครื่องบิน
   我乘飞机去曼谷。
3. ผมได้ข่าวสารมากมายโดยอินเทอเนตท์
   通过互联网，我得到了许多信息。
4. เขาวิ่งไปโดยเร็ว
   他飞快地跑去。
5. ฉันรู้จักกับเขาโดยการแนะนำของเพื่อน
   我是通过朋友介绍认识他的。

情景会话

--- ขอโทษครับ คุณรู้จักมหาวิทยาลัยธรรมศาสตร์ไหมครับ
    请问，你知道法政大学吗？

--- รู้จักค่ะ
知道。

--- ไกลจากที่นี่มากไหมครับ
离这儿远吗?

--- ค่อนข้างไกลค่ะ คุณจะไปโดยรถเมล์ใช่ไหมคะ
比较远。你是乘公共汽车去吗?

--- ใช่ครับ ถ้าผมไปโดยรถเมล์จะลงรถป้ายไหนครับ
是的，如果我乘公共汽车去，在哪站下车?

--- คุณลงที่สนามหลวงค่ะ
你在皇家田广场下（车)。

单词一览

โดย บ. 乘,由,通过	มหาวิทยาลัยธรรมศาสตร์ น. 法政大学
รถเมล์ น. 公共汽车	สนามหลวง น. 皇家田广场
ทุกวัน ว. 每天	แถว น. 一带,地带
ข่าวสาร น. 信息	ไกล ว. 远
ลงรถ ก. 下车	ป้าย น. 标牌,招牌

文化点滴

泰国彩票的销路很好，曼谷商业区街头路边都能见到卖彩票的摊子。机场、旅馆、酒家门口也会遇见人向你兜售彩票。从前彩票由私人经营，后政府内阁召开会议，决定由财政部设立彩票局经营，并取缔私彩。有些年头，纵使经济不景气，百业萧条，彩票业却一枝独秀。

49. คุณเลี้ยวขวาที่สี่แยก

你到十字路口向右拐。

基本句型

เลี้ยว – 向……拐

语法精讲

เลี้ยว 在泰语中是动词，表示“拐弯”、“转变”、“绕”等含意，后面加表示方向的名词，表示“向……拐”。

举一反三

1. คุณเลี้ยวซ้ายที่สามแยก
   你到三岔路口向左拐。
2. คุณเดินตรงไป แล้วเลี้ยวขวาที่ทางแยก
   你一直走，到岔道口向右拐。
3. คุณเดินตรงไปตามทางนี้ เลี้ยวซ้ายที่สะพานลอย
   你沿着这条路一直走，到立交桥向左拐。
4. ผมหลงทาง ไม่รู้ว่า ควรเลี้ยวซ้ายหรือเลี้ยวขวา
   我迷路了，不知道应该向左拐还是向右拐。
5. ผมจำทางไม่ได้ ไม่รู้ควรเลี้ยวไปทางไหน
   我不认识路，不知道应该向哪儿拐。

情景会话

--- ขอโทษครับ สถานีรถไฟไปทางไหนครับ
请问，去火车站怎么走？

--- คุณจะไปที่นั่นโดยรถเมล์หรือเดินไปคะ

你是乘公共汽车还是步行（到那里）？

--- ผมจะเดินไปครับ

我步行去。

--- เดินตรงไปตามทางนี้ เลี้ยวขวาที่สี่แยก แล้วคุณก็จะพบสถานีรถไฟ

沿着这条路一直走，到十字路向右拐，然后你就可以看到火车站了。

--- ต้องใช้เวลาประมาณเท่าไรครับ

大约需要多长时间？

--- ประมาณ 20 นาทีค่ะ

大约20分钟。

单词一览

เลี้ยว ก. 拐弯，转弯	ทาง น. 道，路；方向
ขวา น. 右	สะพานลอย น. 立交桥
สี่แยก น. 十字路口	หลง ว. 迷，忘记
ซ้าย น. 左	สถานี น. 站，台
สามแยก น. 三岔路口	เดิน ก. 走
ตรง ว. 直，径直	ประมาณ ว. 大约
ทางแยก น. 岔道口	

文化点滴

当今大部分泰国家庭是仅有父母子女生活在一起的个体家庭。泰国宪法规定实行一夫一妻制婚姻制度。女子出嫁成婚后，要改用丈夫的姓；子女出生后，随父姓，家中一切大事都由丈夫决定，妻子在家要服侍丈夫，子女要听从父母的教导，要尊敬父母。

50. ระวังรถ
小心车辆！

基本句型

ระวัง... 当心……

语法精讲

ระวัง 在泰语中是动词，表示"小心"、"当心"，一般用在祈使句中，后面可以跟名词、词组或句子。

举一反三

1. ระวังทางลื่น
   当心路滑！
2. ระวังกระเป๋า
   小心钱包！
3. ระวังขโมย
   当心小偷！
4. คุณต้องระวังหน่อย
   你得小心点。
5. ระวังอันตราย
   小心危险！

情景会话

--- คุณขับรถเป็นไหมครับ
   你会开车吗？

--- พอขับได้ค่ะ
   刚会开。

--- เวลาขับรถต้องระวังหน่อยนะครับ
   开车的时候要小心点儿。

--- ใช่ค่ะ ฉันขับช้า ๆ ระวังทั้งคนและรถด้วย
   对，我慢慢开，既注意车又注意人。

--- กรุงเทพฯ รถแน่น บางคนขับรถเร็วด้วย
   曼谷车多，有人还常开快车。

--- ใช่ค่ะ ถ้าไม่ระวังตัว ก็เกิดอุบัติเหตุง่าย
   对，如果不小心，很容易出事故。

单词一览

ระวัง	ก. 小心, 当心	ลื่น	ก. 滑
กระเป๋า	น. 包	ขโมย	น. 小偷
อันตราย	น. 危险	เกิด	ก. 发生, 出生
ขับ	ก. 开(车)	พอ	ว. 凑合, 可以
ช้า	ว. 慢	ทั้ง...และ...	既……又……
แน่น	ว. 拥挤	อุบัติเหตุ	น. 事故

文化点滴

泰国华侨与生活在世界各国的华侨一样，有自己的组织、团体。这些团体是以血缘、地缘、行业等结合而成的，其目的是为了互帮互助、生存发展、反歧视、反迫害。它起到了团结侨民、维系华侨社会的作用。团体的名称很多，如"会馆"、"同乡会"、"宗亲会"、"公所"、"会堂"等等。

51. สนามหลวงไปทางไหนครับ
皇家田广场怎么走？

基本句型

...ไปทางไหน ……怎么走

语法精讲

　　ไปทางไหน在泰语中的原意是"走哪条路"，我们可根据不同情况将其译为"怎么走"，其惯用格式为"地点＋ไปทางไหน"。

举一反三

1. อนุสาวรีย์ชัยไปทางไหนครับ
   胜利纪念碑怎么走？
2. สนามบินไปทางไหนคะ
   机场怎么走？
3. วัดพระแก้วไปทางไหนครับ
   玉佛寺怎么走？
4. โรงแรมเช็งการีลาไปทางไหนคะ
   香格里拉饭店怎么走？
5. สถานทูตจีนไปทางไหนครับ
   中国大使馆怎么走？

情景会话

--- ขอถามหน่อยนะคะ วัดพระแก้วไปทางไหนคะ
    请问，玉佛寺怎么走？
--- คุณรู้จักสนามหลวงไหมครับ

你知道皇家田广场吗?

--- รู้จักค่ะ

知道。

--- วัดพระแก้วอยู่ติดกับสนามหลวงครับ

玉佛寺挨着皇家田广场。

--- ไปสนามหลวงนั่งรถเมล์สายไหนคะ

去皇家田广场坐几路车?

--- ไปได้ทุกสายครับ ยกเว้นสาย 98

除98路外，乘哪一路都行。

单词一览

อนุสาวรีย์ชัย น. 胜利纪念碑

สนามบิน น. 机场

โรงแรมเซ็งการีลา น. 香格里拉饭店

สถานทูต น. 大使馆

ตรง บ. 表示方位

ถาม ก. 问

ติด ก. 挨着，靠着

สาย น. 线路，条

ทุก ว. 每

ยกเว้น ก. 除外，例外

ข้างหน้า น. 前面

文化点滴

我国对泰国的传统称呼是暹罗，泰国人则自称为沙炎姆(泰语音译)。1938年，经当时的总理陆军上校銮披汶·颂堪提议，议会于1939年宣布改国名“暹罗”为“泰国”。1945年，銮披汶倒台，当时的政府把国名改回“暹罗”。1948年，銮披汶再次出任总理，再次改“暹罗”为“泰国”并沿用至今。

52. แลกเงินได้ที่ไหน
哪儿可以兑换外币？

基本句型

แลก... 兑换……

语法精讲

在泰语中 แลก 为动词，可以表示“兑换”、“交换”、“换”等含意。它后面一般直接跟名词，表示“兑换××”。

举一反三

1. ผมต้องการแลกเงินไทยเป็นเงินดอลลาร์
   我要把泰币换成美元。
2. ผมต้องการแลกเงินจีนเป็นเยนญี่ปุ่น
   我要把人民币换成日元。
3. ฉันต้องการแลกปอนด์สเตอร์ลิงเป็นฟรังค์
   我要把英磅换成法朗。
4. ฉันต้องการแลกมาร์คเป็นเงินฮ่องกง
   我要把马克换成港币。
5. ฉันต้องการแลกเช็คเดินทางเป็นเงินสด
   我要把旅行支票换成现金。

情景会话

--- ผมจะแลกเงินครับ

我要换钱。

--- คุณจะแลกเงินดอลลาร์หรือเงินไทยคะ

您要换美元还是泰币？

--- ผมต้องการแลกเงินดอลลาร์เป็นเงินไทยครับ

我要把美元换成泰币。

--- คุณจะแลกเท่าไรคะ

您要换多少？

--- ผมจะแลก 200 ดอลลาร์ครับ

我要换 200 美元。

--- ได้ค่ะ

好的。

单词一览

แลก ก. 兑换,换

เงิน น. 钱

ดอลลาร์ น. 美元

เงินไทย น. 泰币

เงินจีน น. 人民币

เยนญี่ปุ่น น. 日元

ปอนด์สเตอร์ลิง น. 英磅

ฟรังค์ น. 法郎

มาร์ค น. 马克

เงินฮ่องกง น. 港币

เช็คเดินทาง น. 旅行支票

เงินสด น. 现金

文化点滴

泰国一般家庭都习惯进屋脱鞋，席地而坐。20 世纪初，当沙发、椅子等西方坐具开始流行时，很多人都不习惯。现在，虽然这些西方坐具已经普及，但仍有不少家庭保持席地而坐的习俗。泰国的传统坐姿有两类，一类是有坐具的坐姿：这类坐姿应该是两手掌相叠，放在腿上，上身微躬而坐。另一类是席地而坐的坐姿：一般是叠腿侧坐，不得叉开双腿。

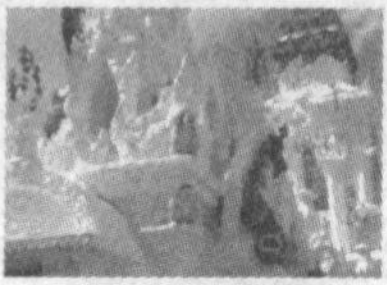

53.

ผมต้องการจะเปิดบัญชีครับ

我要开个账户。

基本句型

เปิด... 开……

语法精讲

เปิด 是一个使用非常广泛的动词，意思是"开"。它既可以表示具体的动作，也可以表示抽象的动作。

举一反三

1. เขาเปิดประตู
   他开门。
2. ฉันเปิดหน้าต่าง
   我开窗。
3. คุณจะเปิดเทอมเมื่อไร
   你什么时候开学？
4. งานแสดงสินค้าจะเปิดฉากเมื่อไร
   商展会什么时候开幕？
5. ผมไปเมืองนอกเพื่อเปิดหูเปิดตาหน่อย
   我出国是为了开眼界。

情景会话

--- ผมต้องการจะเปิดบัญชีครับ
    我要开个账户。

--- ได้ค่ะ กรุณากรอกคำขอเปิดบัญชีเงินฝากหน่อยนะคะ

可以，请填一下储蓄申请表。
--- ตรงนี้ กรอกยังไงครับ
这里怎么填写？
--- กรุณาเขียนที่อยู่ และเบอร์โทรศัพท์ด้วยค่ะ
请写上您的住址和电话号码。
--- ขอแบบฟอร์มฝากเงินด้วยครับ
请给我一张存款单。
--- คุณจะฝากประจำหรือฝากเผื่อเรียกคะ
您要存定期还是活期？
--- ผมจะฝากเผื่อเรียกครับ
我要存活期。

单词一览

เปิดบัญชี	ก. 开账户	เงินฝาก	น. 存款
หน้าต่าง	น. 窗	ตรงนี้	น. 这里
ฉาก	น. 幕布	ที่อยู่	น. 住址
ฝาก	ก. 存,储蓄	แบบฟอร์ม	น. 表格
เปิดหูเปิดตา	ก. 开眼界	ประจำ	ว. 固定,定期
กรอก	ก. 填写	เผื่อเรียก	ก. 备随时取支用
คำขอ	น. 申请		

文化点滴

泰国人在马路上行走时，前面若有长辈或
要人迎面走来，要闪在一旁，让他们先过。如
是和尚，不但要如此，而且还要在他走过你身
边时，向他行合十礼。

54. ฉันไม่ค่อยสบาย
我不太舒服。

基本句型

ไม่ค่อย... 不太……

语法精讲

ไม่ค่อย 在泰语中是副词，表示“不太……”或“不大……”。一般用于形容词或副词前，表示程度的否定。

举一反三

1. เสื้อตัวนี้ไม่ค่อยแพง
   这件衣服不太贵。
2. อากาศวันนี้ไม่ค่อยดี
   今天天气不太好。
3. ห้องนี้ไม่ค่อยใหญ่
   这个房间不太大。
4. เขาวิ่งไม่ค่อยเร็ว
   他跑得不太快。
5. ภูเขานี้ไม่ค่อยสูง
   这座山不太高。

情景会话

--- ร้านสรรพสินค้าไกลจากที่นี่ไหมคะ
    百货商店离这远吗?

--- ไม่ค่อยไกลครับ คุณจะซื้ออะไรครับ

不太远，你要买什么？

--- ฉันอยากซื้อเสื้อสักตัวค่ะ

我想买件衣服。

--- ซื้อในร้านนี้ก็ได้ ของในร้านนี้ไม่ค่อยแพง

就在这个店里买吧，这里的东西不算贵。

--- แต่ฉันไม่ค่อยชอบเสื้อในร้านนี้ค่ะ

但我不太喜欢这个店里的衣服。

--- งั้นไปซื้อที่ร้านสรรพสินค้าก็แล้วกัน

那就到百货商店去买吧。

单词一览

ใหญ่	ว. 大	วิ่ง	ก. 跑
ไม่ค่อย	ว. 不太……	ภูเขา	น. 山
แพง	ว. 贵	สูง	ว. 高
ตัว	น. 件(量词)	ก็แล้วกัน	……好了(语助词)

文化点滴

　　泰国人以右为上，无论在餐桌或长桌会议上，排位时，最受尊敬的人要排在主人的右边。这种排位上的礼貌虽与国际交往礼仪巧合，但泰国有其自己的解释，出自自己的传统观念。这种观念来自小乘佛教的宇宙观。它认为宇宙是四方的，东方是太阳升起的地方，象征诞生、光明；南方象征生命和幸福。这是两个吉祥的方向。因此，佛像和国王的宝座都面向东方，而其右手方向正是南方。所以泰国以右为上。

55. เขาพาฉันไปโรงพยาบาล
他带我去医院。

基本句型

พา...ไป... 带……去……

语法精讲

พา...ไป... 是一个惯用句型，表示 "带……去……"。

举一反三

1. เขาพาฉันไปกำแพงเมืองจีน
   他带我去长城。
2. ฉันพาเขาไปพระราชวังโบราณ
   我带他去故宫。
3. พ่อแม่พาลูกไปเที่ยวสวนสัตว์
   爸爸妈妈带孩子去动物园玩。
4. คุณหลินพาทัวร์ไปเที่ยวเมืองไทย
   小林带团去泰国旅游。
5. ถ้าคุณไม่รู้จักทาง ผมพาไปก็ได้
   如果你不认识路，我可以带你去。

情景会话

--- คุณมาปักกิ่งเมื่อไรครับ
    你什么时候来北京的？
--- ฉันพึ่งมาไม่กี่วันค่ะ
    我刚来没几天。

--- คุณได้ไปเที่ยวที่ไหนบ้างครับ

你都到哪去玩了？

--- ฉันยังไม่ได้ไปเที่ยวเลยค่ะ

我还没去玩呢。

--- พรุ่งนี้ว่างไหมครับ ผมจะพาไปเที่ยว

明天你有空吗？ 我带你去玩。

--- คุณจะพาฉันไปเที่ยวที่ไหนคะ

你带我去哪玩？

--- พาไปเที่ยวกำแพงเมืองจีนดีไหมครับ

带你去长城玩好吗？

--- OK ค่ะ

好吧。

单词一览

พา ก. 带，领	สวนสัตว์ น. 动物园
โรงพยาบาล น. 医院	ทัวร์ น 旅游团
กำแพงเมืองจีน น. 长城	พึ่ง ว. 刚
พระราชวังโบราณ น. 故宫	เลย ว. 根本

文化点滴

泰国的合十礼源自古印度，佛教沿用后，成为佛教徒之间的一种礼节。佛教传入泰国后，合十礼不仅是和尚之间的礼节，还扩大至人民群众。现今泰国合十礼的流行，似同西方的握手礼一样普遍。

56. ฉันปวดฟัน 我牙疼。

基本句型

ปวด... ……疼

语法精讲

ปวด 在泰语中是动词，表示“疼”、“痛”。当表示身体的某个部位疼痛时，中文是主谓结构，如：头疼。而泰语则是动宾结构，如 ปวดหัว 。

举一反三

1. ผมปวดหัว
   我头疼。
2. เขาปวดท้อง
   他肚子疼。
3. ฉันปวดเอว
   我腰疼。
4. ฉันปวดขา
   我腿疼。
5. คุณปวดตรงไหน
   你那儿疼？

情景会话

--- คุณเป็นอะไรไปครับ ดูหน้าซีด ๆ

你怎么了？看脸色不太好。

--- ฉันปวดท้องมากค่ะ
  我肚子很疼。
--- นอกจากปวดท้องแล้ว ยังมีอาการอื่นหรือเปล่าครับ
  除了肚子疼之外，还有其他症状吗？
--- บางทีปวดกะเพาะด้วย
  有时还胃疼。
--- คุณน่าจะไปหาหมอหน่อยนะครับ
  你应该去看看(病)。
--- ค่ะ เดี๋ยวไปค่ะ
  好，我呆会儿去。

单词一览

ปวด	ก. 疼,痛	น่าจะ ว. 应该	
ฟัน	น. 牙	เป็นอะไรไป	怎么了
หัว	น. 头	หน้า น. 脸	
ท้อง	น. 肚子	ซีด ว. 苍白(脸色)	
เอว	น. 腰	หาหมอ ก. 看病,找医生	
ขา	น. 腿	กะเพาะ= กระเพาะ น. 胃	
บางที ว. 有时		นอกจาก...แล้ว ยัง... 除了……之外,还……	

文化点滴

　　泰国的合十礼和跪拜礼都属佛教的"拜礼"，而跪拜礼是拜礼中最高的礼节，佛教称"礼之极也"。"跪拜"也有人称"膜拜"、"顶礼"、"五体投地"。所谓五体投地，即两肘、两膝和头着地，这是跪拜的基本要求。

57. เขาหายป่วยแล้ว
他的病好了。

基本句型

หาย...（病）好，痊愈

语法精讲

หาย 在泰语中是个多义词，可以表示"丢失"、"遗失"，"消失"、"不见"，"病好"、"痊愈"等多种含意。

举一反三

1. กระเป๋าผมหาย
   我的包丢了。
2. ปากกาฉันหาย
   我的笔丢了。
3. คุณหายไปไหน ไม่ได้เจอกันหลายวัน
   你到哪儿去了？好几天没见。
4. เขาหายโกรธแล้ว
   他已经消气了。
5. ฉันกินยาหลายวันแล้ว แต่ยังไม่หาย
   我吃了好几天药，但(病)还没好。

情景会话

--- คุณไม่สบายหรือครับ
   你不舒服吗？
--- ค่ะ ฉันปวดหัวค่ะ

是的，我头疼。

--- คุณกินยาหรือเปล่าครับ

你吃药了吗?

--- กินแล้ว แต่ไม่หายค่ะ

吃了，但不见好转。

--- คุณกินยาจีนหรือยาฝรั่งครับ

你吃的中药还是西药?

--- กินยาจีนค่ะ

吃的中药。

--- คุณน่าจะกินยาฝรั่ง กินยาฝรั่งหายเร็ว

你应该吃西药，吃西药好得快。

--- ฉันคิดว่า อีกสองวันคงหายค่ะ

我想，再过两天大概就好了。

单词一览

หาย ก. (病)好,痊愈

ป่วย ก. 病,生病

โกรธ ก. 生气,发火

ยา น. 药

ยาจีน น. 中药

ยาฝรั่ง น. 西药

คิด ก. 想

文化点滴

在泰国，挂戴花环、花串是一种礼节。花环、花串多用各种花果、花蕾做成，如茉莉花、玉兰花、白蚕花等。通常有三种类型，即手戴花环、颈挂花串、悬挂花串。手戴花环与颈挂花串，都表示吉祥。不同的是前者呈环状；后者呈条状。

58. ที่ทำการไปรษณีย์อยู่ด้านซ้ายของโรงแรม
邮局在旅馆左面。

基本句型

อยู่ด้านซ้ายของ... 在……左边

语法精讲

อยู่ 是动词，意思是“位于、处于、在”，其后可接方位名词。ของ 是前置词，后接名词，表示所有格。“在……左边”泰语说 อยู่ด้านซ้ายของ... 。口语中常将 ของ 省略。

举一反三

1. ร้านขายรองเท้าอยู่ด้านขวาของร้านดอกไม้
   鞋店在花店的右边。
2. ร้านหนังสืออยู่ตรงข้ามห้างสรรพสินค้า
   书店在百货公司对面。
3. ผมอยู่ด้านหลังเขา
   我在他后面。
4. คุณพ่ออยู่ด้านหน้าลูกชาย
   爸爸在儿子的前面。
5. พม่าอยู่ทิศตะวันตกของประเทศไทย
   缅甸在泰国的西面。

情景会话

--- พี่คะ ถึงร้านหนังสือหรือยัง
    哥哥，书店到了没有？

--- ยังไม่ถึง

还没有。

--- ร้านหนังสืออยู่แถวๆห้างสรรพสินค้า ใช่ไหมคะ

书店在百货公司那片，是吗？

--- ใช่ครับ อยู่ทางด้านเหนือห้างสรรพสินค้า

是的，在百货公司北面。

--- ยังต้องเดินอีกนานเท่าไร ผมหิวแล้ว

还要走多久？我饿了。

--- ประมาณ๒๐นาที

大概20分钟。

单词一览

ด้าน	น.	面,方面	
ซ้าย	น.	左	
ขวา	น.	右	
หลัง	น.	后	
หน้า	น.	前	
ร้าน	น.	商店	
หนังสือ	น.	书	

ตรงข้าม	ว.	对面	
ห้างสรรพสินค้า	น.	百货商店	
ร้านดอกไม้	น.	花店	
พม่า	น.	缅甸	
ทิศตะวันตก	น.	西边	
หิว	ว.	饿	
ประมาณ	ว.	大约	

文化点滴

泰国的节假日很多，这些节日主要分为年节、宗教性节日、生产性节日、国家纪念日等。年节有元旦、宋干节、华人春节；宗教性节日有万佛节、礼佛节、三宝节、守夏节；生产性节日有春耕节、水灯节；国家纪念日有登基纪念日、拉玛五世纪念日、国王寿辰等。

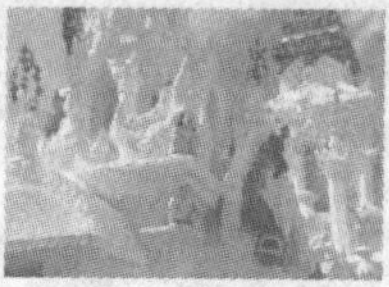

59. ผมอยากส่งจดหมายฉบับหนึ่งไปปารีส

我想寄一封信到巴黎。

基本句型

ส่ง... 邮寄……

语法精讲

动词 ส่ง 是个多义词，可以表示“送”，也可以表示“邮寄”，后面直接跟名词，表示所要邮寄的物品。

举一反三

1. คุณสุจิตรจะส่งพัสดุภัณฑ์ไปกรุงเทพฯ
   素吉先生要寄包裹去曼谷。
2. คุณจะส่งอี.เอม.เอส. ใช่ไหมครับ
   你要寄特快专递，是吗？
3. ดิฉันจะส่งจดหมายธรรมดาสองฉบับ
   我想寄两封平信。
4. ส่งจดหมายเมล์อากาศแพงไหม
   寄航空信贵吗？
5. คุณจะส่งจดหมายธรรมดาหรือจดหมายลงทะเบียนคะ
   您要寄平信还是挂号信？

情景会话

--- สวัสดีครับ ผมจะส่งพัสดุภัณฑ์ไปปักกิ่ง

你好，我要寄包裹去北京。

--- จะส่งอะไรคะ

要寄什么东西?

--- ผ้าไหมไทยครับ

泰丝。

--- ค่าส่ง๓๐๐บาทค่ะ

邮费 300 铢。

--- นี่๓๐๐บาทครับ

这是 300 铢。

--- มีของอื่นอีกไหมคะ

还要寄其它的东西吗?

--- ไม่มีแล้ว   แต่ผมอยากซื้อแสตมป์สิบดวงครับ

不寄了，不过我还想买十张邮票。

单词一览

ส่ง	ก.	邮寄	จดหมายเมล์อากาศ	น. 航空信
ปารีส	น.	巴黎	จดหมายลงทะเบียน	น. 挂号信
พัสดุภัณฑ์	น.	包裹	ผ้าไหมไทย	น. 泰丝
จดหมาย	น.	信	แสตมป์	น. 邮票
จดหมายธรรมดา	น.	平信	ดวง	น. 枚
อี.เอม.เอส.	น.	特快专递	ค่าส่ง	น. 邮费

文化点滴

每年 4 月 13 日，是泰历新年宋干节，也即泼水节。"宋干"源自梵语，意为"新的太阳年的开始"。节日期间（4月13日—15日），人们相互洒水祝福，还喜欢放生来做功积德。

60. ผมได้จองห้องคู่หนึ่งห้อง
我已经预订了一间双人房间。

基本句型

จอง... 预定……

语法精讲

จอง 是及物动词，意为“预订”，其后直接跟名词，表示所要预定的内容。จอง 是地道的泰语词，但在旅行社等一些机构，人们喜欢用英语词“book”来代替。

举一反三

1. ผมจะจองตั๋วเครื่องบินไปเซี่ยงไฮ้
   我要预定去上海的飞机票。
2. คุณสมหวังจองตั๋วคอนเสิร์ตสองใบแล้ว
   宋旺先生预订了两张音乐会入场券。
3. คุณจะจองห้องเดี่ยวหรือห้องคู่คะ
   您要预定单人间还是双人间？
4. คุณต้องจองล่วงหน้าสามวัน
   您要提前三天预定。
5. ผมช่วยจองที่นั่งให้อาจารย์แล้ว
   我已经帮老师预订好座位了。

情景会话

-- ฮัลโหล บริษัททัวร์ใช่ไหมคะ
   喂，旅行社吗？

--- ค่ะ

是的。

--- ดิฉันจะจองตั๋วเครื่องบินไปภูเก็ตสองใบ

我要预定两张去普吉的机票。

--- ไปวันไหนคะ

哪一天的？

--- วันที่ 9 สิงหาคม ช่วยจองห้องโรงแรมได้ไหม

8 月 9 日。可以帮助预订酒店房间吗？

--- ได้ค่ะ เอาห้องเดี่ยวหรือห้องคู่คะ

可以。要单人间还是双人间？

--- ห้องคู่ค่ะ

双人房。

单词一览

จอง ก. 预订	ห้องคู่ น. 双人间
ตั๋ว น. 票	ล่วงหน้า ว. 提前
ใบ น. 张	ที่นั่ง น. 座位
คอนเสิร์ต น. 音乐会	บริษัททัวร์ น. 旅行社
ห้องเดี่ยว น. 单人间	ภูเก็ต น. 普吉

文化点滴

水灯节是泰国最美丽的节日，一般在泰国阴历 12 月的望日之夜，公历的 11 月中旬。水灯节的夜晚，人们纷纷来到河边，点上蜡烛和香，然后把水灯放到水面上，双手合十，默默祈祷，希望水灯能为自己带来好运。

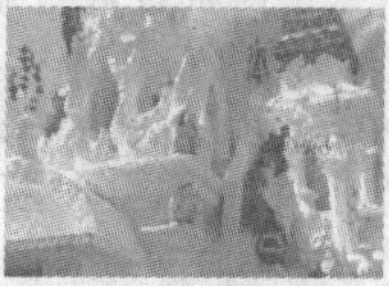

61.

ช่วยส่งกระเป๋าไปชั้นบนให้ผมได้ไหมครับ

能帮我把行李搬上楼吗？

基本句型

ช่วย...ให้... 帮助某人干某事

语法精讲

ช่วย 是及物动词，意为"帮助"。其后可直接跟动词，表示帮助做的内容，ให้ 是前置词，意为"为"、"给"，后接名词，表示帮助的对象。

举一反三

1. โปรดช่วยถ่ายเอกสารฉบับนี้ให้คุณหลี่
   请帮李先生复印这份文件。

2. สุดาช่วยเฝ้าบ้านให้คุณแม่
   素达帮助妈妈看家。

3. ช่วยบอกเขาหน่อย ได้ไหมคะ
   帮忙告诉他一下，行吗？

4. ช่วยดูแลลูกให้น้า ได้ไหม
   能帮姨妈照看孩子吗？

5. โปรดช่วยแก้ไขปัญหานี้ให้ประชาชน
   请帮助百姓解决这个问题。

情景会话

— น้องหวาน บ่ายนี้ว่างไหมจ๊ะ
   婉儿妹妹，今天下午有空吗？

--- ว่างค่ะ มีอะไรหรือคะ

有空，有什么事吗？

--- ช่วยดูแลลูกให้พี่ได้ไหม พี่ต้องออกไปซื้อยา

帮我照看一下孩子行吗？我要出去买药。

--- ได้ค่ะ เรื่องอื่นที่หนูช่วยทำได้ มีอีกไหมคะ

行，还有其它的事我可以帮忙吗？

--- ไม่มีแล้ว ขอบใจนะ

没有了，谢谢你。

单词一览

ชั้น น. 楼,层
บน น. 上面
ถ่ายเอกสาร ก. 复印
กระเป๋า น. 包,行李
เฝ้า ก. 看,守
แก้ไข ก. 解决
ปัญหา น. 问题

จ๊ะ ว. 语尾助词
น้า น. 姨妈
ดูแล ก. 照看
ว่าง ว. 有空
ซื้อ ก. 买
ยา น. 药
ขอบใจ ก. 谢谢

文化点滴

泰国学生十分尊重老师，无论在校内还是校外见到老师，都要行合十礼。甚至在教室接过老师发下的作业或讲义时，也会行合十礼致谢。每年的1月16日是泰国的教师节，各地都会举行一些庆祝活动。另外，每个学年之初，各个学校都要举行隆重的拜师礼。

62. ขอบคุณที่เอาใจใส่ผม 谢谢您的关心。

基本句型

ขอบคุณที่... 谢谢……

语法精讲

ขอบคุณ 是动词，意为“感谢”、“谢谢”，后面可以紧跟一个名词，表示所要感激的对象；也可以接由ที่引导的从句或动词短语表示感谢的内容。

举一反三

1. ขอบคุณมากที่ช่วยเหลือผม
   非常感谢您的帮助。
2. ขอบคุณคุณอาจารย์ที่อบรมสั่งสอนผม
   谢谢老师对我的培养。
3. ขอบคุณคุณพ่อคุณแม่ที่สนับสนุนผม
   感谢父母亲的支持。
4. ขอบคุณที่ให้การบริการอย่างรอบคอบ
   感谢您周到的服务。
5. ขอบคุณเพื่อนๆที่ให้กำลังใจผม
   谢谢朋友们给我信心。

情景会话

--- อาจารย์ครับ พรุ่งนี้ผมก็จะไปเรียนมหาวิทยาลัยที่กรุงเทพฯแล้ว

老师，明天我就去曼谷读大学了。

--- ต้องเรียนให้ดีๆนะ

要好好学啊。

--- อาจารย์วางใจได้นะครับ ผมขอขอบคุณอาจารย์ที่ให้กำลังใจผมครับ

老师放心吧。谢谢您给我的鼓励。

--- เธอต้องขอบคุณคุณพ่อคุณแม่ที่เอาใจใส่เธอ

你要谢谢你父母亲对你的关心。

--- ผมรู้ครับ ผมก็ต้องขอบคุณเพื่อนๆที่ให้กำลังใจผมด้วย

我知道。我还要谢谢同学们给了我信心。

单词一览

เอาใจใส่	ก. 关心	กำลังใจ	น. 信心
ช่วยเหลือ	ก. 帮助	เพื่อน	น. 朋友
อบรมสั่งสอน	ก. 教育、培养	เธอ	สรรพ. 你
สนับสนุน	ก. 支持	แน่นอน	ว. 一定
บริการ	ก. 服务	วางใจ	ก. 放心

文化点滴

泰语表示"谢谢"有两个词：ขอบคุณ 和 ขอบใจ。ขอบคุณ 多用于比较正式的场合或不太熟悉的人之间，有时在说话的同时还要行合十礼。为了表示谦恭，还可以说 ขอขอบคุณ。ขอบใจ 则多用于熟悉的人之间或是长辈对晚辈、上级对下级表达谢意。

63. คุณใส่เบอร์ไหนคะ
您穿多大的尺码？

基本句型

เบอร์... ……号（尺码）

语法精讲

เบอร์是名词，表示号码、尺寸，其后可接数词，表示服装的尺码。“9号”泰语说เบอร์เก้า。受英语影响，泰国人也喜欢说ซ๊ายส์，即英语 size 的音译，“8号”就是“ ซ๊ายส์ ๘ ”。

举一反三

1. คุณใส่กางเกงเบอร์ไหนคะ
   您穿几号裤子？
2. คุณแม่ต้องใส่เสื้อเบอร์๑๓
   妈妈要穿13码的衣服。
3. ผมอยากซื้อรองเท้าเบอร์๓๘
   我想买38码的鞋子。
4. มีชุดสากลเบอร์๙ไหม
   有9号的西服吗？
5. คุณจะซื้อเบอร์๓๗หรือ๓๘คะ
   您买37码还是38码？

情景会话

--- สวัสดีค่ะ ดิฉันอยากจะซื้อเสื้อเชิ้ร์ตสักตัว
    你好，我想买一件衬衣。

--- คุณใส่เบอร์ไหนคะ

您穿多大的尺码?

--- เบอร์๙ก็ได้

9号就行了。

--- ตัวนี้เป็นไงคะ

这件怎么样?

--- ไม่เลว เอาตัวนี้ก็แล้วกัน

不错,就要这件吧。

--- ต้องการอย่างอื่นไหมคะ

还要别的吗?

--- ไม่ล่ะค่ะ

不要了。

单词一览

ใส่ ก. 穿,戴	ตัว น. 件,条,个
ชุดสากล น. 西服	เสื้อเชิ้ร์ต น. 衬衣
ต้องการ ก. 需要	ไม่เลว ว. 不错

文化点滴

在泰国人的服饰中,女服式样繁多,杂而不奇;虽花色层出不穷,但艳而不俗。刺眼的奇装异服、风骚的裸肩袒臂装甚为少见,仅限于风尘女子或职业性的需要。一般女子爱穿上装与下裙分开的套裙。男服式样较单调,大多是长短袖衬衣,以及T恤衫和猎装,下着西式长裤,一些大公司、银行、酒店的职员还要在衬衣外系领带或领结。

64.

กางเกงตัวนี้เหมาะกับผมดี

这条长裤非常适合我。

基本句型

เหมาะกับ _ 对……很合适

语法精讲

เหมาะ 是形容词，意为"适合"，它既可以指大小合适，也可以指样式、内容适合。กับ是前置词，意为"与"、"对"，后面接名词，表示适合的对象。"对于某某合适"，在泰语中的语序是"合适+对于+某某"。如果要表示"不适合"，可以在เหมาะ前加上否定词"ไม่"。

举一反三

1. กระโปรงตัวนี้เหมาะกับคุณมาก
   这条裙子很适合您。
2. แว่นตานี้เหมาะกับผมไหม
   这副眼镜适合我吗？
3. ชุดสากลชุดนั้นไม่เหมาะกับคุณ
   那套西服不适合您。
4. รองเท้าเบอร์๓๗เหมาะกับผมดี
   37 码的鞋很适合我。
5. ชุดสากลสีดำเหมาะกับคุณปัญหารมาก
   黑色的西服很适合班汉先生。

情景会话

--- สวัสดีค่ะ จะซื้อกางเกงไหมคะ

您好，要买裤子吗？

— ครับ

是的。

— ตัวนี้เป็นไงคะ

这条怎么样？

— สีจัดไปหน่อย สีอ่อนมีไหม

颜色太深了，浅色的有吗？

— มีค่ะ นี่ตัวสีอ่อน ลองใส่ดูไหมคะ ห้องลองอยู่ทางโน้น

有。这是浅色的，试试吗？试衣间在那边。

— ตัวนี้ใช้ได้ ใช่ไหม

这条还可以，对吗？

— ใช่ค่ะ กางเกงตัวนี้เหมาะกับคุณมาก

是的，这条裤子很适合您。

单词一览

กางเกง น. 裤子		สี น. 颜色	
เหมาะ ว. 适合		จัด ว. 深	
กระโปรง น. 裙子		อ่อน ว. 浅	
แว่นตา น. 眼镜		ห้องลอง น. 试衣间	

文化点滴

　　曼谷王朝初期，宫廷人员（女性）穿着衣服的颜色，自星期一至星期日都有规定。一日一色，日不重色。衣色按序规定为黄、桃红、绿、橙黄、蓝、紫、红。于是社会上的体面人士也相继仿效，一时成为上流社会的风尚，这一习俗一直延续至今。

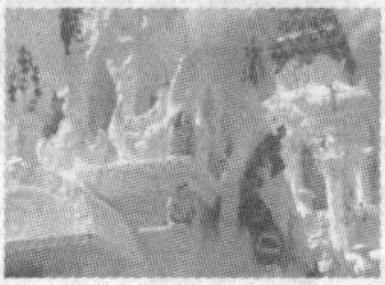

65. ผมต้องจ่ายให้คุณเท่าไรครับ

我要付您多少钱？

基本句型

จ่าย... 付钱

语法精讲

จ่าย 是动词，意为“支付”、“付钱”，它后面可以直接跟数量词，表示支付的金额，如：จ่าย๑๐หยวน（付10元钱），或跟名词，表示支付的内容，如：จ่ายค่าโทรศัพทร์（付电话费）；也可以跟前置词ให้，引导名词，表示支付的对象，如：จ่ายให้คุณ๕๐เหรียญ（付给您50元）。

举一反三

1. คุณต้องจ่ายให้คุณอานาน๑๐๐เหรียญดอลลาร์
   您要付给阿南先生100美元。
2. คุณหลินต้องจ่ายให้โรงเรียนสองพันหยวน
   林先生要付给学校2000元。
3. บริษัททัวร์จะจ่ายให้โรงแรมแปดร้อยเหรียญดอลลาร์
   旅行社要付给酒店800美元。
4. บริษัทประกันภัยจะจ่ายให้เราสามพันหยวน
   保险公司要付给我们3000元。
5. ผู้ป่วยจะจ่ายให้โรงพยาบาลสองหมื่นบาท
   病人要付给医院两万铢。

情景会话

--- พ่อครับ เราไปเที่ยวเชียงใหม่ ดีไหม

爸爸，我们去游清迈，好吗？

--- ดีครับ เที่ยวเชียงใหม่แพงไหม
好啊。游清迈贵不贵？

--- ไปกับบริษัททัวร์ไม่แพง
跟旅行社去不贵。

--- ต้องจ่ายให้บริษัททัวร์เท่าไร
要付给旅行社多少钱？

--- คนละสามพันบาท
一人3000铢。

--- ยังต้องจ่ายค่าโรงแรมอีกไหม
还要付酒店钱吗？

--- ไม่ต้องครับ
不用了。

单词一览

เหรียญ	น.	元(某些国家的货币单位)	ผู้ป่วย น. 病人
โรงเรียน	น.	学校	โรงพยาบาล น. 医院
บริษัท	น.	公司	เที่ยว น. 旅游
โรงแรม	น.	酒店	คนละ... ว. 每人……
ประกันภัย	ก.	保险	

文化点滴

　　泰国货币单位是" บาท "(铢)，泰语发音是 Bat。泰币分纸币
和硬币两种。纸币的面值有 10 铢、20 铢、50
铢、100 铢、500 铢和 1000 铢。硬币的面值有
1 铢、5 铢、10 铢等。无论纸币还是硬币，上
面都有当今国王普密蓬的头像。

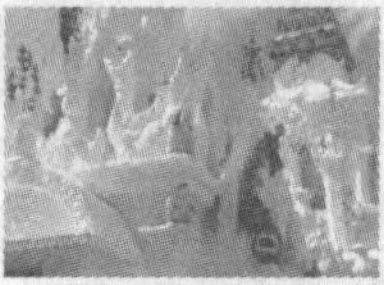

66. เสื้อแจ๊คเก็ตตัวนี้ราคา๕๐๐บาท

这件夹克衫价格是500泰币。

基本句型

ราคา... 价格 + ……

语法精讲

ราคา是名词，意为“价钱”、“价格”，它后面通常直接跟数量词，表示具体的价格，如：价格30元，泰语说ราคา๓๐หยวน。在口语里，常常将 ราคา 一词省略，直接说“物品 + 价钱”。

举一反三

1. ชุดสากลชุดนี้ราคาเท่าไร
   这套西服多少钱？
2. หนังสือเล่มนั้นราคา๓๐๐บาท
   那本书价格是300铢。
3. ห้องเดี่ยว๗๐๐บาท ห้องคู่๑๐๐๐บาท
   单人间700株，双人间1000铢。
4. เสื้อสีแดง๑๐เหรียญดอลลาร์ กระโปรงสีน้ำเงิน๑๕เหรียญ
   红色的衣服(价格是)10美元，蓝色的裙子15美元。
5. ค่าเล่าเรียนสามพันเหรียญดอลลาร์
   学费是3000美元。

情景会话

--- เสื้อตัวนี้ราคาเท่าไรคะ
   这件衣服多少钱？

--- (เสื้อตัวนี้ราคา)๑๕๐๐บาทค่ะ
    (这件衣服价格是) 1500 铢。

--- กระโปรงตัวนั้นล่ะคะ
    那条裙子呢？

--- ๑๒๐๐บาทค่ะ
    1200 铢。

--- ดิฉันจะเอาทั้งสองอย่าง ทั้งหมดต้องจ่ายเท่าไรคะ
    我这两样都买。一共要付多少钱？

--- ๒๗๐๐บาทค่ะ
    2700 铢。

--- นี่๒๗๐๐บาท
    这是 2700 铢。

单词一览

ราคา	น. 价格；价值	สีน้ำเงิน	น. 蓝色
แจ๊คเก็ต	น. 夹克	ค่าเล่าเรียน	น. 学费
หยวน	น. 元(人民币单位)	เอา	ก. 要，拿，取
เล่ม	น. 本	ทั้งหมด	ว. 全部
สีแดง	น. 红色		

文化点滴

泰国的最高行政机构是内阁，由总理、副总理和各部部长、副部长组成。总理对政府工作负全面责任，副总理分管若干部门，部长主管本部工作。内阁对国会负责，但是总理和内阁往往权力很大，国会难以控制。

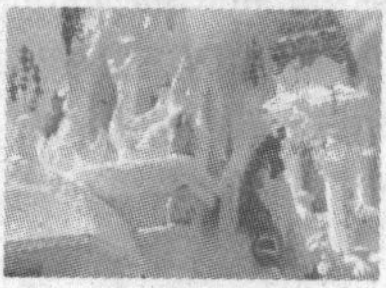

67. ผมทอนให้คุณ๕หยวน

我找给您 5 元。

基本句型

ทอนให้… 找给某人……

语法精讲

ทอน是动词，意为“找钱”、“找零钱”，它后面可以直接跟钱的数量，如:ทอน๕หยวน: 找5元钱；如要表示“找给某人……钱”时，泰语的表达方式是: ทอน +ให้+ 人 + 钱的数量。在这里，ให้ 是前置词，意为“给”，其后跟名词，表示找钱的对象。

举一反三

1. ช่างถ่ายรูปทอนให้ผม๑๐บาท
   摄影师找给我 10 铢。
2. พี่นกทอนให้ฉัน๕๐บาท
   诺哥找给我 50 铢。
3. เจ้าของร้านทอนให้ลูกค้า๒๖๐บาท
   店主找给顾客 260 铢。
4. พ่อค้าทอนให้ลูกค้า๑๒๐บาท
   商人找给顾客 120 铢。
5. คุณอานานทอนให้คุณจินตนา๓๐บาท
   阿南先生找给金达娜小姐 30 铢。

情景会话

--- ผมจะซื้อหนังสือสามเล่มนี้

我想买这三本书。

--- ทั้งหมด๗๐๐บาทครับ

一共 700 铢。

--- นี่๑๐๐๐บาท

这是 1000 铢。

--- รับคุณ๑๐๐๐บาท ทอนให้คุณ๓๐๐บาท

收您 1000 铢，找您 300 铢。

--- ขอโทษครับ ผมอยากจะซื้ออีกเล่ม

对不起，我还想买一本。

--- ได้ครับ เล่มนี้๒๖๐บาท

好的，这本 260 铢。

--- นี่๓๐๐บาท

给你 300 铢。

--- รับคุณ๓๐๐บาท ทอนให้คุณ๔๐บาท ขอบคุณครับ

收您 300 铢，找您 40 铢，谢谢。

单词一览

ช่างถ่ายภาพ น. 摄影师	ลูกค้า น. 顾客
ฉัน สรรพ. 我	พ่อค้า น. 商人
เจ้าของร้าน น. 店主	รับ ก. 接受

文化点滴

泰国的立法机构为两院制国会。上议院议员一般为非民选议员，有时由总理提名，有时由军事当局提名、由国王任命，成员多是军人和警察。下院议员由民选产生。一般情况下，在军队和政府机关工作的任何常务官员都不得竞选下议员。

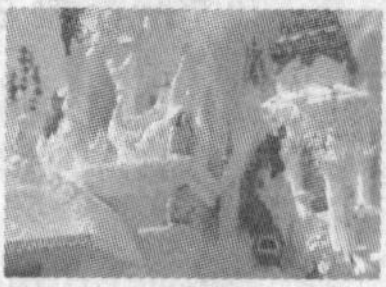

68.

ดูแลลูกให้ดีๆนะ

照顾好孩子啊。

基本句型

ดูแล... 照顾某人

语法精讲

ดูแล 是个多义词,可以表示"照顾"、"照料",也可以表示"看管"、"管理"。后面直接跟名词,表示照顾或管理的对象。

举一反三

1. เขาดูแลสามีอย่างละเอียด
   她细心地照顾丈夫。
2. คุณยายจะไปดูแลหลานที่กรุงเทพฯ
   外婆要去曼谷照顾外孙。
3. นางพยาบาลต้องดูแลผู้ป่วยให้ดีๆ
   护士要好好照看病人。
4. อาจารย์ไพลินดูแลเด็กกำพร้าคนนี้อยู่ตลอดเวลา
   派林老师一直在照顾这个孤儿。
5. เขาเป็นหัวหน้าดูแลงานอินเตอร์เน็ต
   他负责管理互联网方面的工作。

情景会话

--- คุณป้าจะไปไหนคะ
    大妈,您要去哪里?

--- ป้าจะไปดูแลหลานที่ปักกิ่ง

我要去北京照看外孙。

--- ลูกสาวป้าล่ะคะ

您的女儿呢？

--- เธอต้องทำงาน ไม่มีเวลาดูแลลูก

她要上班，没有时间照看孩子。

--- และลูกเขยคุณป้าล่ะคะ

您的女婿呢？

--- เขาก็ไม่มีเวลาเหมือนกัน

他也没时间。

--- งั้น คุณป้าต้องดูแลหลานให้ดีๆนะคะ

那么，您可要好好照看您的外孙。

单词一览

สามี	น. 丈夫	ตลอดเวลา ว. 一直、始终
ยาย	น. 外婆	ป้า น. 伯母,大妈(称呼年长妇人)
หลาน	น. 外孙、孙子	ลูกเขย น. 女婿
นางพยาบาล	น. 护士	ทำงาน ก. 上班、工作
เด็กกำพร้า	น. 孤儿	

文化点滴

泰国地方政府机构的层次较多，最高的为府，以下为县、分县、区、村，还有不同级别的市镇。现全国有76个府，由内政部指派府尹负责府的一切事务。

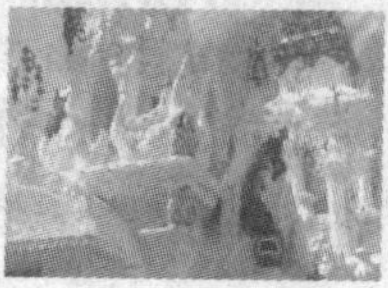

69. ผมเป็นห่วงสุขภาพของคุณพ่อคุณแม่มาก

我很为父母的健康担忧。

基本句型

เป็นห่วง... 为……担忧

语法精讲

เป็นห่วง 意为"担忧"、"担心",它后面直接跟名词,表示担忧的内容。如:为健康担忧 เป็นห่วงสุขภาพ;为钱担心 เป็นห่วงเงิน。

举一反三

1. พ่อแม่เป็นห่วงการเรียนของลูก
   父母亲为孩子的学习担忧。
2. รัฐบาลเป็นห่วงภาวะเศรษฐกิจของประเทศ
   政府为国家的经济状况担忧。
3. นายกรัฐมนตรีเป็นห่วงความปลอดภัยของประเทศ
   总理为国家的安全担忧。
4. ประชาชนเป็นห่วงรายได้ของตนเอง
   老百姓为自己的收入担忧。
5. นักวิทยาศาสตร์เป็นห่วงสิ่งแวดล้อมในอนาคต
   科学家为未来的环境担忧。

情景会话

--- คุณมากรุงเทพฯเป็นครั้งแรก รู้สึกยังไงคะ
    您是第一次来曼谷,感觉怎么样?

--- รถติดมากครับ

堵车太厉害了。

— ค่ะ เราทุกคนเป็นห่วงภาวะการคมนาคมของกรุงเทพฯค่ะ
是啊。我们每个人都为曼谷的交通状况担忧。

— อากาศก็ไม่ดีครับ
空气也不好。

— ค่ะ คนที่นี่เป็นห่วงสุขภาพของตนเองมากค่ะ
是的，这里的人都很为自己的健康担忧。

单词一览

รัฐบาล	น. 政府	อนาคต	น. 未来
เศรษฐกิจ	น. 经济	สิ่งแวดล้อม	น. 环境
ภาวะ	น. 状况	รู้สึก	ก. 感觉
นายกรัฐมนตรี	น. 总理	รถติด	ก. 堵车
ประชนชน	น. 老百姓	การคมนาคม	น. 交通
รายได้	น. 收入	อากาศ	น. 空气
นักวิทยาศาสตร์	น. 科学家		

文化点滴

　　法院是泰国的司法机构，代表国王行使司法权，同时受司法部和司法委员会的监督管理。法院分三级：初级法院、上诉法院和最高法院。最高法院的判决为最终判决。如对高院的判决不服，可向国王上书，恳求减免刑罚。

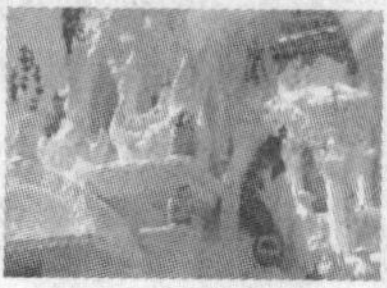

70.

พี่สาวผมมักออกกำลังกายหลังเลิกงาน
我姐姐常常在下班之后锻炼。

基本句型

มัก... 常常……、往往……

语法精讲

มัก 是副词，其后接动词短语，表示常常或往往怎么做。如：
เมื่อไม่พอใจ เขามักบ่นเสมอ 不满意的时候，他总是抱怨。

举一反三

1. เรื่องมักจะเป็นอย่างนี้
   事情往往是这样的。
2. คนที่นี่มักจะผ่อนซื้อของ
   这里的人往往分期付款买东西。
3. แบคทีเรียชนิดนี้มักพบในอาหารกระป๋อง
   这种细菌常常在罐头食品里发现。
4. ผมมักไปเที่ยวในภาคปิดเทอมฤดูร้อน
   我常常在暑假去旅游。
5. ค่าจ้างที่นี่มักจะสูงกว่าที่อื่น
   这里的劳务费往往比其他地方高。

情景会话

--- คืนนี้มีข่าวอะไรคะ
    今晚有什么新闻？

--- ภาคใต้มีน้ำท่วมอีก

南部又发水灾了。

--- ทำไมภาคใต้น้ำท่วมบ่อยๆล่ะคะ

为什么南部经常发生水灾?

--- เพราะน้ำท่วมมักจะเกิดในเขตลุ่มแม่น้ำตอนปลายครับ

因为水灾总是发生在河流的下游地区。

--- ชาวภาคใต้น่าสงสารจริงๆ เดี๋ยวน้ำท่วม เดี๋ยวแห้งแล้ง

南部人真可怜,一会儿水灾,一会儿旱灾。

--- เรื่องมักจะเป็นอย่างนี้ครับ

事情往往就是这样的。

单词一览

ออกกำลังกาย	ก. 运动,锻炼	ข่าว	น. 新闻
หลัง	บ. 在……之后	ภาคใต้	น. 南部
เลิกงาน	ก. 下班	น้ำท่วม	ก. 水灾,泛滥
ผ่อนซื้อ	ก. 分期付款	เขตลุ่มแม่น้ำ	น. 江河流域
แบคทีเรีย	น. 细菌	ตอนปลาย	น. 下游,末段
ภาคปิดเทอมฤดูร้อน	น. 暑假	แห้งแล้ง	ว. 干旱
ค่าจ้าง	น. 佣金,劳务费	เดี๋ยว	ว. 一会儿

文化点滴

　　泰拳是泰国最刺激和最流行的运动之一。它与其它拳击赛最大的区别就是可以用脚踢。泰拳比赛规定为五局,每局三分钟,局间休息两分钟。比赛前,参赛选手要在拳击台上举行简单的拜师仪式。拉查单能体育场和伦披尼拳击馆以举行泰拳比赛而著名。

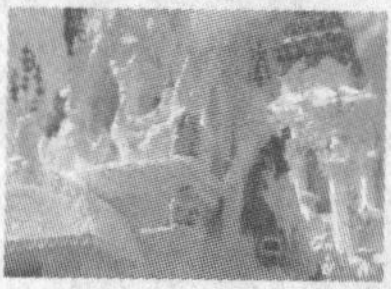

71. ผมเล่นปิงปองบ่อยๆ
我经常打乒乓球。

基本句型

เล่น... 打（踢、玩）＋ 体育项目

语法精讲

　　เล่น 是动词，意为"玩"、"打"，它的使用范围较广，很多运动项目甚至乐器都可以和 เล่น 这个词搭配。如：เล่นฟุตบอล 踢足球；เล่นวอลเลย์บอล 打排球，เล่นเปียโน 弹钢琴。

举一反三

1. ผมชอบเล่นเทนนิส
   我喜欢打网球。
2. พี่ชายชอบเล่นฟุตบอล
   哥哥喜欢踢足球。
3. ผู้จัดการบริษัทเราเล่นเทนนิสบ่อยๆ
   我们公司的经理经常打网球。
4. คุณมิ่งมิตรอยากไปเล่นแบดมินตัน
   明米小姐想去打羽毛球。
5. พนักงานไปเล่นบาสเกตบอลโดยบังเอิญ
   员工们偶尔去打篮球。

情景会话

--- พรุ่งนี้วันอาทิตย์ เธอจะทำอะไร
　　明天星期天，你准备干什么？

--- ผมจะเล่นเทนนิส เธอล่ะ
我要打网球。你呢?

--- ฉันจะฝึกเล่นเปียโนในตอนเช้า ตอนบ่ายฉันจะเล่นแบดมินตัน
我上午要练习弹钢琴，下午打羽毛球。

--- เธอฝึกเล่นเปียโนนานเท่าไรแล้ว
你学弹钢琴多久了?

--- สองปีแล้ว
两年了。

--- เธอเก่งจริงๆ
你真能干。

单词一览

บ่อย ว. 经常		บังเอิญ ว. 偶然	
เล่น ก. 玩、打		ฝึก ก. 练习	
ปิงปอง น. 乒乓球		ตอนเช้า น. 上午	
เทนนิส น. 网球		ตอนบ่าย น. 下午	
ฟุตบอล น. 足球		นาน ว. 久	
แบดมินตัน น. 羽毛球		เก่ง ว. 能干,出色	

文化点滴

　　藤球是泰国的民间体育活动。比赛时，运动员可以用除手之外的身体所有的部分击打一个用藤条编织的藤球。藤球比赛的方式较多，可以是六个选手围成一圈，有篮网高挂在半空中，把球打入篮网中得分。也可以是两个队分站在网的两边，像打排球一样进行比赛。

72.

ผมชวนเธอไปฟังคอนเสิร์ตรับปีใหม่

我邀请她去听新年音乐会。

基本句型

ชวน... + 人 + 事情,邀请某人干某事

语法精讲

ชวน 是动词,意为"邀请"。表示邀请某人做某事时,泰语的语序与汉语相同。

举一反三

1. อาจารย์ประพินชวนเราไปทานข้าวที่บ้าน
   巴萍老师邀请我们去她家吃饭。
2. คุณวิชัยชวนผู้จัดการหวางไปเที่ยวที่เมืองไทย
   维差先生邀请王经理去泰国旅游。
3. หลี่เหมยชวนหวางกางไปดูหนัง
   李梅邀请王刚去看电影。
4. อารีชวนเพื่อนๆไปเรียนที่สหรัฐฯ
   阿丽邀请朋友们去美国学习。
5. ผมชวนเขาไปทานอาหารไทยด้วยกัน
   我邀请她一块去吃泰餐。

情景会话

--- คุณอานานคะ อาจารย์ประพินชวนเราไปทานข้าวที่บ้าน
   阿南,巴萍老师邀请我们去她家吃饭。

--- เสียดายจริงๆ ผมไปไม่ได้ครับ

太可惜了。我去不了。

--- ทำไมคะ

为什么？

--- คุณสุพจได้ชวนผมไปเที่ยวชมแม่น้ำเจ้าพระยาครับ

素坡先生邀请我去游览湄南河。

--- ไม่เป็นไร วันหลังยังมีโอกาสค่ะ

没关系，以后还会有机会的。

单词一览

ชวน ก. 邀请

ฟัง ก. 听

คอนเสิร์ต น. 音乐会

รับ ก. 迎接

ปีใหม่ น. 新年

ผู้จัดการ น. 经理

อาหารไทย น. 泰餐

เสียดาย ว. 可惜

ทำไม ว. 为什么

ไม่เป็นไร ว. 没关系

โอกาส น. 机会

แม่น้ำเจ้าพระยา น. 湄南河

วันหลัง ว. 今后、日后

文化点滴

几乎每个泰国人都喜欢在脖子上戴个护身符，有的人甚至戴好几个护身符。泰国人认为，戴护身符可以保佑免遭车祸、抢劫等灾祸，生意人还希望能借此保佑自己生意兴隆。

73. เขาเสนอให้เราดูหนังเรื่องนี้

他建议我们看这部电影。

基本句型

เสนอให้ + 人 + 做某事，建议某人干某事

语法精讲

เสนอ 是动词，意为"建议"，ให้ 在这里是前置词，意为"让"、"使"，引导名词，表示提建议的对象，然后才说建议的内容。如："老师建议我去买这本书"，泰语说 ครูเสนอให้ผมไปซื้อหนังสือเล่มนี้。

举一反三

1. ลินดาเสนอให้เราไปซื้อของที่ซุปเปอร์มาร์เกต
   林达建议我们去超市买东西。
2. เพื่อนๆเสนอให้ผมพักผ่อนให้ดีก่อน
   朋友们建议我先好好休息。
3. นักศึกษาเสนอให้ทางโรงเรียนจัดการแข่งขันฟุตบอล
   同学们建议校方举行足球比赛。
4. อาจารย์เสนอให้เราอ่านหนังสือสองเล่มนี้ก่อน
   老师建议我们先读这两本书。
5. คุณพ่อเสนอให้ผมไปซื้อคอมพิวเตอร์
   爸爸建议我去买电脑。

情景会话

--- น้องหวาน จะไปไหน
   婉儿，你要去哪儿啊？

--- หวานจะไปซื้อของที่สุขุมวิท

我要去素坤逸买点东西。

--- พี่เสนอไปซื้อที่ซุปเปอร์ฯ ถูกกว่า

我建议你去超市买，便宜一些。

--- ขอบคุณค่ะ พี่จะไปไหน

谢谢。你要去哪儿?

--- พี่จะไปพันทิพ

我要去潘题。

--- จะไปซื้อคอมพิวเตอร์หรือ

去买电脑吗?

--- ครับ คุณพ่อเสนอให้ผมไปซื้อคอมพิวเตอร์

是的，爸爸建议我去买电脑。

单词一览

เสนอ ก. 建议	แข่งขัน ก. 比赛
เรื่อง น. 部	อ่าน ก. 读
ซุปเปอร์มาร์คเกต น. 超市	สุขุมวิท น. 素坤逸路(泰国街道名)
ก่อน ว. 先	ถูก น. 便宜
พักผ่อน ก. 休息	พันทิพ น. 潘题(曼谷的电脑商城)
ทาง น. 方面	

文化点滴

泰国人有90%以上是佛教徒，但他们并不排斥其它宗教信仰。有大约6%的泰国人信奉伊斯兰教，其余的信仰基督教、印度教和锡克教等。有许多重要的仪式都采用婆罗门教仪式。

74. เราจะเข้าร่วมพิธีไหว้ครู
我们将参加拜师仪式。

基本句型

เข้าร่วม... 参加……

语法精讲

เข้าร่วม 动词，意为"参加"，其后可以直接跟参加活动的内容。
如：เข้าร่วมการแข่งขัน 参加比赛，เข้าร่วมการแสดง 参加表演。

举一反三

1. สมชายจะเข้าร่วมการแข่งขันฟุตบอล
   颂差要参加足球比赛。
2. จินตนาจะไปเข้าร่วมพิธีเปิดฉากงานนิทรรศการ
   金达娜要去参加展览会的开幕式。
3. คุณเฉินจะเข้าร่วมงานแสดงสินค้าที่กวางโจว
   陈先生将参加广交会。
4. เธอจะเข้าร่วมการประกวดนางงาม
   她将参加选美比赛。
5. เราจะเข้าร่วมเอเชียนเกมส์
   我们要参加亚运会。

情景会话

--- ผมจะเข้าร่วมการแข่งขันเทนนิสที่เซี่ยงไฮ้ในเดือนตุลาคม
    十月份，我要参加在上海的网球比赛。

--- จริงๆหรือครับ   เมื่อนั้นผมจะไปเชียร์ให้คุณ

真的吗？我会去给你加油的。

--- เดือนธันวาคม คุณก็จะเข้าร่วมเอเชียนเกมส์ที่จัดการในกรุงเทพฯ ใช่ไหมครับ

十二月你也要参加在曼谷举行的亚运会，对吗？

--- ใช่ครับ รายการยกน้ำหนัก

是的，举重。

--- คุณเก่งมาก จะชนะแน่นอน

你很优秀，一定会赢。

--- ขอบคุณที่ให้กำลังใจผมครับ

谢谢你的鼓励。

单词一览

เข้าร่วม ก. 参加	ประกวดนางงาม ก. 选美
พิธี น. 仪式	เอเชียนเกิ้มส์ น. 亚运会
ไหว้ครู ก. 拜师	เชียร์ ก. 加油
งานนิทรรศการ น. 展览会	ชนะ ก. 赢，胜利

文化点滴

玉佛寺位于曼谷大王宫的东北角，是王室举行佛教仪式的地方，它因供奉国宝玉佛像而闻名遐迩。玉佛只有75厘米高，用翡翠制成，被高高地供奉在神坛上，头上罩着9级华盖。善男信女们相信玉佛有神奇的力量，来此朝拜时格外地虔诚。

75. เราใช้เวลา๓วันเที่ยวโบราณสถานที่ลือชื่อในกรุงเทพฯ

我们在曼谷花三天时间参观主要名胜。

基本句型

ใช้เวลา... + 干某事　　花……（时间）干某事

语法精讲

ใช้ 是动词，意为“使用”，后接เวลา(时间)，表示“花时间”，具体的时间量则放在 เวลา的后面，如“花一天时间”ใช้เวลา๑วัน 。“花时间玩”泰语说 ใช้เวลาเที่ยว；“花一天时间看书”，泰语说 ใช้เวลาหนึ่งวันอ่านหนังสือ 。有时可将เวลา 一词省略。

举一反三

1. คุณหวางใช้เวลาสามชั่วโมงอ่านหนังสือ
   王先生花三个小时看书。
2. คุณหลินใช้เวลาสองชั่วโมงดูทีวี
   林先生花两个小时看电视。
3. สุจินดาใช้เวลาสองชั่วโมงออกกำลังกายทุกวัน
   素金达每天花两个小时锻炼身体。
4. เขาใช้เวลา๑๐วันทบทวนบทเรียน
   她花了10天时间复习功课。
5. คุณแม่ใช้เวลาสองชั่วโมงเตรียมอาหารเย็น
   妈妈花了两个小时准备晚餐。

情景会话

--- คุณแม่คะ ทำอะไรอยู่คะ

妈妈，干什么呢?

--- กำลังเตรียมอาหารเย็นอยู่

正在准备晚餐呢。

--- คุณแม่ได้ใช้เวลาสองชั่งโมงมาแล้ว ยังไม่เรียบร้อยหรือ

您已经花了两个小时准备晚餐了，还没有好吗?

--- คืนนี้มีแขกเยอะ ต้องทำกับข้าวให้มากหน่อย

今晚客人很多，要多做一些菜。

--- ต้องการอีกนานไหมคะ

还要很长时间吗?

--- ต้องใช้เวลาประมาณหนึ่งชั่วโมงทำอาหารหลัก

要花大约一个小时的时间做主食。

单词一览

โบราณสถาน น. 名胜古迹	อาหารเย็น น. 晚饭
ลือชื่อ ว. 著名	แขก น. 客人
ทบทวน ก. 复习	กับข้าว น. 菜肴
บทเรียน น. 功课	เยอะ ว. 多
เตรียม ก. 准备	อาหารหลัก น. 主食

文化点滴

四面佛，泰语称“帕蓬”，是婆罗门教三大主神之一的“梵天”。泰国的四面佛像很多，其中以曼谷市中心爱侣湾饭店前的四面佛最具盛名，香火日夜不断。据说，这里的四面佛极为灵验，人们纷纷前来求配偶、求赐子、求生意兴隆等。即便是坐车或骑摩托车路过此地，很多人也会朝四面佛的方向合十敬拜。

76. เราจะชมพิพิธภัณฑ์เซี่ยงไฮ้
我们将参观上海博物馆。

基本句型

จะ... 将……

语法精讲

จะ 是助动词，意为“将要”、“将”，它后面可以接动词或动词短语，表示将来要发生的动作。

举一反三

1. เราจะไปเที่ยวเซียนเกียง
   我们将去新疆旅游。
2. คณะผู้แทนจะไปเยือนซูโจวในพรุ่งนี้
   代表团明天将去苏州访问。
3. นายกรัฐมนตรีจะกล่าวคำปราศัยในบ่ายนี้
   总理将在今天下午发表演说。
4. รัฐมนตรีกระทรวงการต่างประเทศทั้งสองประเทศจะพิจารณาปัญหานี้
   两国的外交部长将讨论这个问题。
5. การท่องเที่ยวแห่งประเทศไทยจะจัดงานนิทรรศการศิลปหัตถกรรมพื้นเมืองไทยในเดือนตุลาคม
   泰国旅游局将于10月份举办泰国手工艺品展览会。

情景会话

--- อีกสามวันก็จะถึงวันชาติแล้ว คุณจะทำอะไรครับ
还有三天就到国庆节了，你准备怎么过?

--- ดิฉันจะไปเที่ยวเกาะสมุย คุณล่ะคะ จะไปเที่ยวไหมคะ

我要去沙梅岛旅游。你呢？要去旅游吗？

--- ผมจะไม่ไปเที่ยว ผมจะไปดูชกมวยไทยครับ

我不去旅游，我要去看泰拳比赛。

--- มวยไทยน่าตื่นเต้นจังเลย วันหลังดิฉันก็จะไปดูชกมวย

泰拳赛真让人激动，以后我也要去看泰拳赛。

--- ผมไปทุกวันอาทิตย์ วันหลังไปด้วยกันไหมครับ

我每个星期天都去，以后一起去吗？

--- ได้ค่ะ วันหลังดิฉันจะไปด้วยกันกับคุณ

好啊，以后和你一起去。

单词一览

เยือน ก. 访问

พิพิธภัณฑ์ น. 博物馆

คณะผู้แทน น. 代表团

กล่าว ก. 说

คำปราศรัย น. 演说

รัฐมนตรี น. 部长

กระทรวงการต่างประเทศ น. 外交部

พิจารณา ก. 讨论

การท่องเที่ยวแห่งประเทศไทย น. 泰国旅游局

วันชาติ น. 国庆节

หัตถกรรมพื้นเมือง น. 地方手工艺品

เกาะ น. 岛

มวยไทย น. 泰拳

ตื่นเต้น ว. 激动

文化点滴

泰国海岸线漫长，有许多风景秀丽的岛屿吸引着世界各地的游客，最负盛名的包括普吉岛、沙梅岛、披披岛等。那里有碧绿的海水、银白色的沙滩、如诗如画的村庄、五彩缤纷的花卉，仿佛人间天堂，令人流连忘返。

77. เราเพิ่งทานข้าวเสร็จ
我们刚吃完饭。

基本句型

เพิ่ง... 刚刚……

语法精讲

เพิ่ง 是副词，意为"刚刚"，表示最近已经发生的动作。如：
เพิ่งทานข้าวเสร็จ 刚刚吃完饭，เพิ่งฝึกว่ายน้ำเป็น 刚刚学会游泳。

举一反三

1. ทีมฟุตบอลสเปนเพิ่งกลับประเทศ
   西班牙足球队刚刚回国。
2. สหรัฐฯเพิ่งหยุดยิงปืน
   美国刚刚停火。
3. ญี่ปุ่นเพิ่งยกเลิกสั่งเข้าข้าวไทย
   日本刚刚取消了进口泰国大米。
4. ประธานาธิบดีเพิ่งขึ้นเครื่องบิน
   总统刚刚上飞机。
5. นโยบายเศรษฐกิจใหม่เพิ่งเริ่มดำเนินการ
   新的经济政策刚刚开始实行。

情景会话

—— คุณหลินคะ ถือกระเป๋าจะไปไหนคะ
   林先生，提着箱子准备去哪里啊？

—— ผมจะไปประชุมที่ปักกิ่งครับ

我要去北京开会。

--- คุณเพิ่งกลับจากปักกิ่งไม่ใช่หรือคะ
你刚刚从北京回来，不是吗？

--- ครับ ผมเพิ่งกลับ แต่วันนี้ต้องไปอีกแล้ว
是的，我刚刚回来，但今天又要去了。

--- เขาว่าคุณเพิ่งพิมพ์จำหน่ายหนังสือเล่มใหม่ ใช่ไหมคะ
听说，你刚刚出版了一本新书，是吗？

--- ใช่ครับ เพิ่งพิมพ์ออกมา ขายดีด้วย
是的，刚刚出版，卖得很好。

单词一览

เลิกเรียน	ก.	下课	ญี่ปุ่น	น.	日本
เสร็จ	ว.	完,结束	ประธานาธิบดี	น.	总统
ว่ายน้ำ	ก.	游泳	นโยบาย	น.	政策
ทีม	น.	队	ดำเนินการ	ก.	实行
กลับประเทศ	ก.	回国	กระเป๋า	น.	箱子
สเปน	น.	西班牙	ประชุม	ก.	开会

文化点滴

　　清迈是泰国第二大城市，位于泰国北部，气候较中部和南部凉爽。由于民风淳朴，风景宜人，传统文化色彩浓厚，再加上商业繁荣，交通便利，清迈已成为著名的旅游胜地。相对低廉的消费也使得清迈成为许多西方人首选的休闲度假的好地方。

78. เราเลือกเขาเป็นผู้แทนประชาชน 我们选他做人民代表。

基本句型

...เป็น... ……成为……

语法精讲

เป็น 可以与前面的动词搭配使用，意思相当于汉语中的“成、成为”。如：“用木头做成筏子”，泰语说ใช้ต้นไม้ทำเป็นแพ。

举一反三

1. เราเลือกเขาเป็นหัวหน้าชั้น
   我们选他当班长。
2. น้ำจับตัวเป็นน้ำแข็ง
   水结成冰。
3. เราถือเขาเป็นตัวอย่าง
   我们以他为榜样。
4. แปลภาษาจีนเป็นภาษาไทย
   把汉语翻译成泰语。
5. ผมถือคุณเป็นเพื่อน
   我把你当作朋友。

情景会话

--- คุณจางได้รับเลือกเป็นนายกเทศมนตรีแล้ว ใช่ไหมคะ
张先生当选市长了，是吗？

--- ใช่ครับ ชาวบ้านเลือกเขาเป็นนายกเทศมนตรี

是的，老百姓选他当市长。

--- เขาเก่งมากหรือคะ

他很能干吗?

--- ครับ ขยันทำงาน มีความสามารถด้วย

是的，工作勤奋，又有能力。

--- มิน่าเล่า

难怪了。

--- นักการเมืองทุกคนต้องถือเขาเป็นตัวอย่าง

政治家人人都应以他为榜样。

单词一览

เลือก ก. 选 选择	ภาษาจีน น. 汉语
ผู้แทน น. 代表	ภาษาไทย น. 泰语
ต้นไม้ น. 木头	มิน่าเล่า ว. 难怪
แพ น. 筏子	นายกเทศมนตรี น. 市长
หัวหน้าชั้น น. 班长	ความสามารถ น. 能力
น้ำแข็ง น. 冰	ถือ ก. 以……为……,把……当作……
ตัวอย่าง น. 榜样	นักการเมือง น. 政治家
แปล ก. 翻译	

文化点滴

与曼谷大王宫隔河相对的是黎明寺，也叫郑王庙，是湄南河沿岸最古老和最具特色的古迹之一。寺中主塔高82米，塔身表面镶嵌着几百万中国瓷片。泰币10铢硬币上就是黎明寺的图案。

79. นี่ก็คือรายการที่คุณอยากฟัง
这就是您想收听的节目。

基本句型

นี่ก็คือ... 这就是……

语法精讲

นี่ 是指示代词“这”,ก็是副词,意为“就”,คือ 是系动词“是”。นี่ก็คือ...(这就是……)是泰语的一种强调句型。另外,นี่ 还可由指示代词 นั่น (那—中指)、โน่น (那—远指)来代替, นั่น (โน่น) ก็คือ... 意思是 “那就是……”。

举一反三

1. นี่ก็คือเอกสารที่คุณต้องการ
   这就是您需要的文件。
2. นี่ก็คือบ้านเกิดของผม
   这就是我的家乡。
3. นี่ก็คือความฝันของฉัน
   这就是我的梦想。
4. นี่ก็คือโครงการใหม่ของเรา
   这就是我们的新计划。
5. นี่ก็คือประชาธิปไตยที่แท้จริง
   这就是真正的民主。

情景会话

--- ที่นี่ก็คือหาดว่ายทัน สถานที่ลือชื่อของเมืองเซี่ยงไฮ้ค่ะ

这里就是上海著名的外滩。

--- สวยจริงๆ ครับ

真美啊!

--- สิ่งก่อสร้างที่นี่มีลักษณะแตกต่างกัน ดึงดูดนักท่องเที่ยวมามากมายค่ะ

这里的建筑物风格各异，吸引了很多游客。

--- ตึกสูงๆตรงข้ามแม่น้ำโน่นคืออะไรครับ

河对面那个高高的建筑是什么?

--- โน่นก็คือหอส่งสัญญาณโทรทัศตงฟางหมิงจูค่ะ

那就是电视发射塔东方明珠。

单词一览

รายการ น. 节目	สิ่งก่อสร้าง น. 建筑物
เอกสาร น. 文件	โครงการ น. 计划
ความฝัน น. 梦想	ลักษณะ น. 特点
ประชาธิปไตย น. 民主	แตกต่าง ว. 不同
แท้จริง ว. 真正的	ดึงดูด ก. 吸引
หาด น. 沙滩 海滩	มากมาย ว. 很多
สถานที่ น. 地方	หอส่งสัญญาณโทรทัศน์ น. 电视塔

文化点滴

泰国的广播电台数量较多，发展较快，除了中央及地方政府、军队主办的电台，还有民办的电台以及一些大学的广播电台和网上电台。影响最大的是泰国国家广播电台。

80. ผมชอบดูทีวีมากกว่าดูหนัง
比起电影我更喜欢看电视。

基本句型

ชอบ... มากกว่า...　比起……(后者)更喜欢……(前者)

语法精讲

ชอบ 是动词，意为“喜欢”，มาก 是程度副词，表示“很”、“非常”，กว่า 是副词，意为“比”、“比较”、“于”。当要表达“比起……更喜欢……”的意思时，泰语的语序和汉语不同，是“ชอบ...มาก (更喜欢……) กวา (比起) ……”。如：ผมชอบอ่านเรื่องสั้นมากกว่านวนิยาย 比起长篇小说，我更喜欢读短篇小说。

举一反三

1. ผมชอบเทนนิสมากกว่าฟุตบอล
   比起足球我更喜欢网球。
2. ผมชอบอาหารไทยมากกว่าอาหารจีน
   比起中餐我更喜欢泰餐。
3. ผมชอบเช่าบ้านอยู่มากกว่าซื้อบ้านอยู่
   比起买房住我更喜欢租房住。
4. ผมชอบเกาะสมุยมากกว่าเกาะภูเก็ต
   比起普吉岛我更喜欢沙梅岛。
5. ผมชอบต้าเหลียนมากกว่าชิงต๋าว
   比起青岛我更喜欢大连。

情景会话

--- พรุ่งนี้ก็จะกลับเมืองไทยแล้ว ฉันดีใจจริงๆ

明天就要回泰国了，我真高兴。

— ทำไมพูดอย่างนี้ เธอไม่ชอบเมืองจีนหรือ

为什么这么说呢？你不喜欢中国吗？

— ฉันชอบเมืองจีน แต่ฉันไม่ได้ทานอาหารไทยมานานแล้ว ฉันชอบอาหารไทย
มากกว่าอาหารจีน

我喜欢中国，但我好久没吃泰餐了，比起中餐我更喜欢泰餐。

— ฉันตรงข้ามกับเธอ ฉันชอบอาหารจีนมากกว่าอาหารไทย

我和你相反，比起泰餐我更喜欢中餐。

— อาหารจีนไม่มีส้มตำไม่มีต้มยำกุ้ง อยู่ปักกิ่งนานๆ ฉันก็จะคิดถึงอาหารไทย

中餐没有木瓜沙拉、酸辣虾汤，在北京住久了就想吃泰餐。

— ค่ะ อยู่ต่างประเทศนานแล้ว ใครๆก็จะคิดถึงบ้านเกิดเมืองนอนของตนเอง

是啊，在国外呆久了，谁都会想念自己的家乡。

单词一览

กว่า ว.	比、较	ตรงข้าม ว.	相反
นวนิยาย น.	长篇小说	ส้มตำ น.	木瓜沙拉
เรื่องสั้น น.	短篇小说	ต้มยำกุ้ง น.	酸辣虾汤
เช่าบ้าน ก.	租房	ต่างประเทศ น.	外国
เกาะสมุย น.	沙梅岛		

文化点滴

　　泰国主要的电视台有以下几家：泰国陆军电视五台、泰国陆
军电视七台、泰国电视三台、泰国电视九台、泰国电视十一台、ITV、
UBC 以及教育部主办的教育电视台。UBC
(United Broadcasting Corporation) 是一家影响
较大的有线电视台，有两套图像发射系统，即
数字卫星电视和有线电视系统。

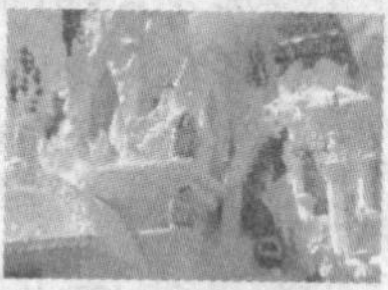

81. ร้านนี้มีเสื้อผ้ามากมาย
这家商店有很多衣服。

基本句型

...มากมาย 很多的……

语法精讲

มากมาย 是形容词，意为“很多、许多”，主要用来修饰名词。例如：很多人—คนมากมาย；很多事—เรื่องมากมาย。泰语里还有一个词หลาย 也表示数量多，但其后必须跟量词。如：หนังสือหลายเล่ม 很多本书。

举一反三

1. ในร้านหนังสือมีหนังสือมากมาย
   书店里有很多书。
2. เมืองไทยมีวัดมากมาย
   泰国有很多寺庙。
3. เซี่ยงไฮ้มีตึกระฟ้ามากมาย
   上海有很多摩天大楼。
4. เขามีเสื้อหลายตัว
   他有很多件衣服。
5. ผมมีญาติมากมาย(ผมมีญาติหลายคน)
   我有很多亲戚。

情景会话

--- คุณสุพจน์คะ ดิฉันคิดไม่ถึงเลยว่าที่เมืองไทยมีวัดสวยออกอย่างนี้คะ

素坡先生，我真没想到，泰国有这么美的寺庙！

--- ที่เมืองไทย ยังมีวัดสวยอย่างนี้มากมายครับ

在泰国，像这样漂亮的寺庙还有很多。

--- คนมาไหว้พระเยอะไหมคะ

来拜佛的人多吗？

--- ทุกๆวัน มีคนมาไหว้พระที่นี่มากมายครับ

每天都有很多人来拜佛。

--- คุณสุพจน์คะ ที่เมืองซูโจว บ้านเกิดของดิฉัน มีสวนที่สวยงามมากมาย

ว่างๆเชิญไปเที่ยวบ้าง

素坡先生，在我的家乡苏州有很多漂亮的园林，有空请去看
一看。

--- ว่างๆผมจะไปแน่นอนครับ

有空我一定去。

单词一览

มากมาย	ว. 很多	อย่างนี้	ว. 这样, 如此
เล่ม	น. 本	ไหว้พระ	ก. 拜佛
วัด	น. 寺庙	สวน	น. 园林
ตึกระฟ้า	น. 摩天大楼	ว่าง	ว. 空闲
ญาติ	น. 亲戚	แน่นอน	ว. 一定

文化点滴

　　泰国政党众多，势力也逐渐壮大，但始终没有出现主宰政局
的大党，往往形成多党联合执政的局面。较有
影响的政党有：民主党、泰国民族党、正义力
量党、新希望党等，现任总理他信所在的政党
是年轻的泰爱泰党。

82.

ผมจะไปเอาหนังสือพิมพ์

我要去拿报纸。

基本句型

เอา... 拿……，取……

语法精讲

เอา 是个多义动词，其中一个意思是"拿、取"，它可以带宾语，表示所取的东西。

举一反三

1. ผมไปเอาร่ม
   我去拿雨伞。
2. คุณสุจิตจะไปเอาเอกสาร
   苏吉先生要去拿文件。
3. คุณลุงไปเอาเสื้อแล้ว
   伯伯去取衣服了。
4. ย่าไปเอาเตารีด
   奶奶去拿熨斗。
5. ปู่ไปเอารูปถ่าย
   爷爷去拿相片。

情景会话

--- ตอนบ่าย ผมจะไปเอาหนังสือใหม่
    下午我要去拿新书。

--- ไปเอาที่ไหน

到哪里拿?

--- ที่บ้านเสนี อยู่เพชรบุรีซอย15

社尼家，沛布里路 15 巷。

--- แวะเอาเสื้อให้ฉันด้วยนะ อยู่ซอยเดียวกัน

顺便帮我取衣服吧，在一条街上。

--- ร้านซักเสื้อยู่สุดซอย ใช่ไหม

洗衣店在巷子最里面，是吗?

--- ใช่ค่ะ ขอบคุณค่ะ

是的，谢谢。

单词一览

หนังสือพิมพ์ น. 报纸

ร่ม น. 雨伞

ลุง น. 伯伯

ย่า น. 奶奶

ปู่ น. 爷爷

เตารีด น. 熨斗

รูปถ่าย น. 相片

ซอย น. 巷

แวะ ว. 顺便

สุดซอย 巷子尽头

文化点滴

泰国的报纸大多为民营。有影响的泰文报纸有:《沙炎叻报》、《泰叻报》、《民意报》、《每日新闻》。*Bangkok Post*、*The Nation* 是有名的英文报纸，而《星暹日报》、《中华日报》、《世界日报》则是在华人中有较大影响的中文报纸。

83. นี่คือนิตยสารของคุณ
这是您的杂志。

基本句型

ของ... ……的 / 属于某人

语法精讲

ของ是前置词，意为“……的”，表示所属关系。如：ของผม 我的，ของเขา 她的

举一反三

1. นั่น(คือ)เสื้อของน้องชาย
   那是弟弟的衣服。
2. นี่(คือ)จดหมายของพี่เขย
   这是给姐夫的信。
3. นี่(คือ)แสตมป์ของคุณยาย
   这是外婆的邮票。
4. นี่(คือ)เอกสารของบริษัท
   这些是公司的文件。
5. นั่นพจนานุกรมของอาจารย์
   那是老师的字典。

情景会话

--- คุณอานานคะ พจนานุกรมเล่มนี้ของใครคะ
阿南先生，这本字典是谁的？

--- ของคุณจินตนาครับ

是金达娜小姐的。

--- เอกสารเหล่านี้ก็ของเขา ใช่ไหมคะ

这些文件也是她的，对吗?

--- อาจจะใช่ครับ ผมไม่แน่ใจ

可能是，我不能确定。

--- ถ้าเป็นเอกสารของคุณจินตนา ดิฉันก็จะไม่เก็บแล้วค่ะ

如果是金达娜小姐的文件，我就不收起来了。

单词一览

ของ บ. 的	ยาย น. 外婆
นิตยสาร น. 杂志	พจนานุกรม น. 字典
จดหมาย น. 信	อาจ ว. 可能
ฉบับ น. 封(量词)	แน่ใจ ว. 确定、肯定
พี่เขย น. 姐夫	เก็บ ก. 收拾

文化点滴

泰国的期刊杂志众多，涉及政治、经济、文化、科技、家庭等社会生活的方方面面。其中比较重要的期刊有《沙炎叻周评》、《民意周刊》、《文化艺术》、《政治公报》等。

84. บริษัทเราได้ใช้ประโยชน์งานนิทรรศการครั้งนี้เป็นอย่างดี
我们公司很好地利用了这次展览会。

基本句型

ใช้ประโยชน์..., 利用……

语法精讲

ใช้是"使用"的意思,ประโยชน์是"益处、利益"的意思,ใช้ประโยชน์连在一起使用,是"使产生益处"、"利用"的意思,其后可以带宾语。

举一反三

1. คนแถวนี้ได้ใช้ประโยชน์พลังน้ำอย่างเต็มที่
   这一带的人充分利用了水能。
2. เขาไม่รู้จะใช้ประโยชน์อย่างไร
   他不知该如何利用。
3. เราใช้ประโยชน์พลังลมได้หลายอย่าง
   风能有很多种利用方式。
4. เขาเอาประสบการณ์คนอื่นมาใช้ให้เป็นประโยชน์
   他能学习利用别人的经验教训。
5. จังหวัดภูเก็ตได้ใช้ประโยชน์ทรัพยากรธรรมชาติเป็นอย่างดี
   普吉岛很好地利用了自然资源。

情景会话

--- คุณมีความคิดเห็นอะไรบ้างสำหรับงานแสดงสินค้าในเดือนหน้าคะ
    对下个月的展览会你有什么打算?

--- ผมว่าบริษัทเราน่าจะใช้ประโยชน์งานแสดงสินค้าครั้งนี้ให้เต็มที่
  我想公司应该充分利用这次展览会。
--- แต่จะใช้ประโยชน์อย่างไรดี
  但是该如何利用呢?
--- โฆษณาสินค้าของเรา เข้าใจความต้องการของลูกค้า
  宣传我们的产品,了解顾客的需求。
--- รายละเอียดล่ะคะ
  具体细节呢?
--- บริษัทเรามีคนเก่งๆมากมาย น่าจะใช้ให้เป็นประโยชน์ได้นะครับ
  公司的人才这么多,可以好好利用一下嘛。

单词一览

ใช้ประโยชน์	ก. 利用	ทรัพยากร	น. 资源
แถว	น. 地带,地区	ธรรมชาติ	น. 自然
พลังน้ำ	น. 水能	ความคิดเห็น	น. 看法,打算
เต็มที่	ว. 充分	โฆษณา	ก. 宣传,广告
พลังลม	น. 风能	ความต้องการ	น. 需求
ประสบการณ์	น. 经历、经验	รายละเอียด	น. 细节

文化点滴

　　泰国通讯社(简称泰通社)属国家通信社,是泰国大众通讯机构下辖的部门之一,主要负责发布国内新闻,向该机构属下的电台和电视台(9台)供稿,并根据协议向其他新闻单位和记者提供新闻。是亚洲通信社组织成员。

85. ผมเห็นว่างานนิทรรศการครั้งนี้สำเร็จผลดี
我认为这次展览会很成功。

基本句型

เห็นว่า... 认为……

语法精讲

เห็นว่า是动词，意思是“认为、以为”，后面可以跟一个句子，表示认为的内容。

举一反三

1. ผมเห็นว่าคุณทำอย่างนี้ถูกแล้ว
   我认为你这样做是对的。
2. ท่านเห็นว่าการเจรจากันระหว่างประเทศทั้งสองสำเร็จผลดี
   他认为两国间的会谈很成功。
3. คุณหมอเห็นว่าเขาต้องรีบผ่าตัด
   医生认为他必须立即手术。
4. อาจารย์เห็นว่าเขาสอบได้ดี
   老师认为他考得很好。
5. พวกนักธุรกิจเห็นว่าการลงทุนในด้านอสังหาริมทรัพย์เสี่ยงภัยมาก
   企业家们认为投资房地产风险较大。

情景会话

--- การประชุมบ่ายนี้จะปรึกษาเรื่องอะไรครับ

今天下午开会讨论什么事情?

--- ปรึกษาเรื่องลงทุนครับ

讨论投资的事情。

--- คุณเห็นว่าบริษัทเราน่าจะลงทุนในด้านไหนครับ

你认为我们公司应投资什么项目？

--- ผมเห็นว่าน่าจะลงทุนด้านเกษตรกรรมครับ

我认为应该投资农业。

--- การลงทุนด้านเกษตรกรรมค่อนข้างจะเสี่ยงภัยครับ

投资农业比较冒险。

--- ผมไม่เห็นด้วย ผมเห็นว่าการลงทุนในด้านเกษตรกรรมมีอนาคตสดใสครับ

我不同意，我认为投资农业前景光明。

单词一览

เห็นว่า	ก. 认为	นักธุรกิจ	น. 企业家
สำเร็จ	ก. 成功	ลงทุน	ก. 投资
เจรจา	ก. 会谈	เกษตรกรรม	น. 农业
ผ่าตัด	ก. 手术	อสังหาริมทรัพย์	น. 房地产,不动产
สอบ	ก. 考试	สดใส	ว. 光明
พวก	น. ……们	ผล	น. 成果,成绩

文化点滴

　　1932年6月24日，泰国爆发了民主革命，推翻了君主专制，建立了君主立宪制。为纪念这次革命，1939年在曼谷市中心修建了民主纪念碑。每逢民主运动，人们都要到此集会、庆祝、追悼，民主纪念碑成了泰国民主运动的见证者。

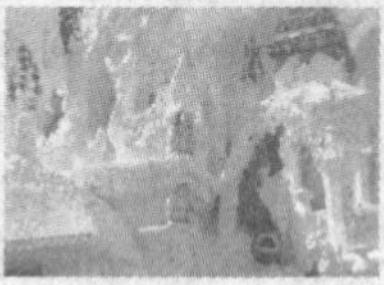

86. ดิฉันเห็นด้วยกับคุณ
我同意您的看法。

基本句型

เห็นด้วยกับ... 同意……

语法精讲

เห็นด้วย 是动词，意为"同意"，กับ 是前置词，意思是"和、与"。"同意某人"，泰语的语序是 เห็นด้วย + กับ + 某人。例如：เห็นด้วยกับเขา，意思是"同意他的看法"。如果表示不同意某人，则在 เห็นด้วย 前加上否定词 ไม่ 就可以了。

举一反三

1. อาจารย์เห็นด้วยกับนักศึกษา
   老师同意同学们的想法。
2. ส.ส.เห็นด้วยกับประชาชน
   议员们同意百姓的看法。
3. ทางบริษัทเห็นด้วยกับเขา
   公司方面同意他的看法。
4. รัฐมนตรีว่าการกระทรวงคมนาคมเห็นด้วยกับผู้ใต้สังกัด
   交通部长同意手下人的看法。
5. ทางโรงเรียนเห็นด้วยกับเขา
   学校同意他的看法。

情景会话

--- นวนิยายเรื่องแฮร์รี่ พอตเตอร์ ขายดีมาก คุณอ่านแล้วหรือยัง

小说《哈里·波特》很畅销，你看过吗？

— อ่านแล้ว สนุกดี

看过，很有趣。

— ผมเห็นด้วยกับคุณ สนุกจริงๆ

我同意你的看法，真的很有趣。

— แต่ ผมเห็นว่าหนังสือเล่มนี้เหมาะกับผู้ใหญ่มากกว่า

但是，我认为这本书更适合大人。

— ผมไม่เห็นด้วยกับคุณ เด็กๆชอบอ่านทั้งนั้น

我不同意你的看法，孩子们都喜欢看。

单词一览

เห็นด้วย ก.	同意	
ประชาชน น.	百姓	
ส.ส. น.	议员	
คมนาคม น.	交通	

ผู้ใต้สังกัด น.	手下、下属	
ขายดี ว.	畅销	
สนุก ว.	有趣	
ทั้งนั้น ว.	都、全部	

文化点滴

泰国史学界通常认为素可泰是泰族人建立的第一个国家，并以此作为暹罗史的开端。自素可泰王朝（1238~1438年）后，又依次出现了阿瑜陀耶王朝（1350~1767年，又称大成王朝）、吞武里王朝（1767~1782年）和曼谷王朝（1782年至今）。当今国王为曼谷王朝第9世王。

87.

เสื้อของเขาสวยกว่า

她的衣服更漂亮。

基本句型

…(形容词或副词) + กว่า 更……

语法精讲

กว่า 是副词，意思是"多、余"。泰语表达形容词或副词的比较级的概念时，直接在形容词或副词的后面加กว่า即可，例如: มากกว่า 更多、เร็วกว่า 更快。如果กว่า 后还有其他的名词成分，这时กว่า 表示比较，例如:ปักกิ่งหนาวกว่ากวางโจว意思是: 北京比广州冷。

举一反三

1. หน้าหนาว ปักกิ่งหนาวกว่า
   冬天，北京更冷些。
2. เขาวิ่งเร็วกว่า
   他跑得更快。
3. เขาพูดภาษาอังกฤษคล่องกว่า
   他说英语更流利。
4. ประชากรจีนมีมากกว่าประชากรสหรัฐอเมริกา
   中国的人口比美国的人口多。
5. เขาได้เหรียญทองมากกว่านักกีฬาคนอื่น
   他比其他运动员获得的金牌多。

情景会话

--- คุณเรียนภาษาอังกฤษมากี่ปีแล้วคะ

你学英语几年了？

--- เรียนมา๔ปีแล้ว คุณล่ะคะ

学了四年了，你呢？

--- ดิฉันก็เรียนมา๔ปีแล้ว แต่รู้สึกว่าคุณพูดภาษาอังกฤษคล่องกว่า

我也学了四年了，但我觉得你说英语更流利。

--- คุณก็พูดคล่องดี สำเนียงของคุณดีกว่า

你说得也很流利，你的语调更好。

--- ขอบคุณค่ะ ความจำของคุณดีกว่า ดิฉันเป็นคนขี้ลืม จำศัพท์ไม่ได้

谢谢。你的记性更好，我很健忘，记不住单词。

--- ดิฉันก็เหมือนกัน ต้องท่องหลายครั้งถึงจำได้ค่ะ

我也一样，必须背好多遍才能记住。

单词一览

ได้ ก. 得到	หนาว ว. 冷
เหรียญ น. 奖牌，奖章	ภาษาอังกฤษ น. 英语
เหรียญทอง น. 金牌	สำเนียง น. 语调
ประชากร น. 人口	ความจำ น. 记性、记忆力
สหรัฐอเมริกา น. 美国	ขี้ลืม ว. 健忘
คล่อง ว. 流利	ศัพท์ น. 词汇
เร็ว ว. 快	ท่อง ก. 背、背诵
วิ่ง ก. 跑步	จำ ก. 记、记住

文化点滴

　　泰国国防体制由国家安全委员会、国防部和武装部队总司令部三级构成。国家安全委员会是国家安全的最高决策机构，国防部则根据国家安全方针制定相应的国防计划，武装部队总司令部直接指挥和协调陆、海、空三军的行动。

88. เธอเป็นนักกีฬาหญิงที่วิ่งเร็วที่สุดในโลก
她是世界上跑得最快的女运动员。

基本句型

…(形容词或副词) + ที่สุด 最……

语法精讲

ที่สุด 的意思是 "最",它放在形容词或副词的后面,表示最高级的概念。如:ดีที่สุด 最好、เร็วที่สุด 最快。

举一反三

1. เสื้อสีแดงตัวนี้สวยที่สุด
   这件红色的衣服最漂亮。
2. กระเป๋าใบนี้หนักที่สุด
   这个包最重。
3. ห้องเรียนห้องนี้สะอาดที่สุด
   这间教室最干净。
4. นี่เป็นเว็บไซต์ที่มีอัตราคลิ๊กสูงที่สุด
   这是点击率最高的网站。
5. เขาทานมากที่สุด
   他吃的最多。

情景会话

--- จอย เดินช้าช้าหน่อย ฉันตามไม่ทัน
   娇儿,慢点走,我跟不上。
--- ฉันคิดว่าเธอเป็นคนเดินช้าที่สุดในโลก

我觉得你是世界上走得最慢的人。

--- เธอเดินเร็วมาก ใครจะตามทัน

你走那么快，谁跟得上。

--- เอาล่ะ ถึงร้านแล้ว เธออยากซื้อเสื้ออะไร

好了，到商店了。你想买什么衣服？

--- อยากซื้อเสื้อเชิ้ต ตัวสีแดงตัวนี้เป็นไง

想买衬衣。这件红的怎么样？

--- ฉันคิดว่าตัวสีฟ้าตัวนี้สวยที่สุด เหมาะกับเธอที่สุด

我觉得这件天蓝色的最漂亮，最适合你。

--- ฉันลองใส่ดูก่อนนะ

我先试试看吧。

单词一览

นักกีฬา น. 运动员

กระเป๋า น. 包

ใบ น. 个(包的量词)

หนัก ว. 重

อัตรา น. 比率

คลิ๊ก ก. 点击

ตาม ก. 跟

ไม่ทัน ว. 不及时、赶不上

สีฟ้า น. 天蓝色

ลอง ก. 试试

ก่อน ว. 先

文化点滴

泰国实行义务兵役制。凡年满18周岁的泰国籍男性公民，必须进行兵役登记。21岁至30岁的男性公民，除法律另有规定者外，均须服役两年。30岁以上的公民列入预备役。

89. เขาเขียนหนังสือด้วยคอมพิวเตอร์

他用电脑写书。

基本句型

ด้วย... 用……、借助……

语法精讲

ด้วย 是前置词，意思是"用、以、借助"，它引导名词，构成前置词短语，表示工具、手段、方式。如：กินด้วยช้อน 用勺子吃。ด้วย 还有"由于、出于"的意思，如：เขาหน้าแดงด้วยความโกรธ 他脸气红了。

举一反三

1. เขาเขียนหนังสือด้วยปากกา
   他用钢笔写字。
2. ผมซักเสื้อด้วยมือ
   我用手洗衣服。
3. ถ้วยใบนี้ทำด้วยเงิน
   这只碟子是用银做的。
4. เขาตายด้วยโรคเบาหวาน
   他死于糖尿病。
5. ผมไปปักกิ่งด้วยเหตุนี้เอง
   我因为这个原因去北京。

情景会话

--- ที่เขี่ยบุหรี่อันนี้น่ารักดี ทำด้วยอะไรคะ

这个烟灰缸真可爱，是什么做的？

--- ทำด้วยดีบุกครับ

是锡做的。

--- ถ้วยใบนี้สวยจังเลย ทำด้วยอะไรคะ

这个碗真漂亮，是什么做的？

--- ทำด้วยเงินครับ

是银的。

--- ที่อื่นไม่เห็นมีลายแบบนี้เลย

别的地方没看到过这样的花纹。

--- ลายเหล่านี้แกะสลักด้วยมือ เป็นหัตถกรรมพื้นเมืองไทยแท้ๆ ที่อื่นไม่มีครับ

这些花纹全是手工刻的，是真正的泰国传统手工艺品，别的地方没有。

单词一览

ช้อน น. 勺子	ตาย ว. 死
หน้า น. 脸	โรคเบาหวาน น. 糖尿病
แดง ว. 红	เหตุ น. 原因
โกรธ ว. 生气	ที่เขี่ยบุหรี่ น. 烟灰缸
ปากกา น. 钢笔	ดีบุก น. 锡
ซักเสื้อ ก. 洗衣服	ลาย น. 花纹
ถ้วย น. 碗、碟	แกะสลัก ก. 雕刻
เงิน น. 银	พื้นเมือง ว. 当地的 民间的

文化点滴

泰国人非常喜欢白象。他们认为白象是吉祥之物，拥有它便能确保国家繁荣昌盛。泰国的国王们历来都很尊崇白象，认为拥有它便可增加皇家之尊。

90. โอลิมปิกเกมส์ครั้งที่๒๙จะจัดที่ปักกิ่งในปี2008

第29届奥运会将于2008年在北京举行。

基本句型

จัด... 举行……

语法精讲

จัด是动词，意为"举办、举行"，它可以放在名词后面，形成主谓结构，表示"……举行"，也可以放在名词前面，形成动宾结构，表示"举行……"。

举一反三

1. เราจัดการแข่งขันฟุตบอลทุกปี
   我们每年都举办足球赛。
2. เอเชี่ยนเกมส์ครั้งที่๑๓จัดที่กรุงเทพฯ
   第13届亚运会在曼谷举行。
3. ผู้จัดการจะจัดประชุมปรึกษาปัญหานี้
   经理要召集会议讨论这个问题。
4. งานดอกโบตั๋นจะจัดในเดือนเมษายนทุกปี
   牡丹花会将在每年的4月份举办。
5. ฯพณฯนายกรัฐมนตรีได้จัดงานสโมสรสันนิบาตอย่างมโหฬาร
   总理阁下举行了盛大的招待会。

情景会话

--- เดือนเมษายนปีนี้ เราจะไปชมดอกโบตั๋นที่โล่หยางครับ
今年4月，我们要去洛阳看牡丹。

--- ทำไมไปชมดอกโบตั๋นที่โล่หยางคะ

为什么去洛阳看牡丹？

--- เพราะดอกโบตั๋นของโล่หยางสวยที่สุด

因为洛阳的牡丹最漂亮。

--- มีงานโบตั๋นไหมคะ

有牡丹节吗？

--- มีครับ งานโบตั๋นจะจัดที่โล่หยางในเดือนเมษายนทุกปี

有，每年 4 月洛阳都举办牡丹花会。

--- งั้น ดิฉันจะไปด้วยค่ะ

那我也一起去。

单词一览

โอลิมปิกเกมส์	น. 奥运会		ชม	ก. 观看，欣赏
จัด	ก. 举行，举办		ดอก	น. 花
ฟุตบอล	น. 足球		โบตั๋น	น. 牡丹
ฯพณฯ	น. 阁下		งาน	น. 节日，集会
งานสโมสรสันนิบาต	น. 招待会，联欢会		ด้วย	ว. 也

文化点滴

　　泰民族在长期的历史变迁中，在与各民族的交流中，不断吸纳外来文化，这一点在语言上的体现就是大量外来语的存在。泰语中的外来语主要有梵语－巴利语、孟语、高棉语、汉语、阿拉伯语、法语、日语、英语等。近年来，随着现代科学技术的发展，泰语中大量的科技词汇均采用英语转写，就连不少日常生活词汇，也被英语取代。

91. ดิฉันเข้าไปตามเวลานัด

我按照约定时间进去。

基本句型

...ตาม... 按照……(做)、跟着……(做)

语法精讲

ตาม 是个多义词，它可跟在动词后，表示“按照……做”或“跟着……做”。如：ทำตามคำสั่ง 按照命令做，อ่านตามครู 跟着老师读；ตาม 还有“沿着、随着、顺着”的意思，如：นกบินไปตามลม 鸟儿顺着风飞。

举一反三

1. ผมต้องทำตามคำสั่งของเขา
   我必须按照他的命令做。
2. เขาทำงานตามขั้นตอนที่กำหนด
   他按照规定的步骤工作。
3. เด็กนั้นประกอบรถตามหนังสืออธิบาย
   那个孩子按照说明书组装汽车。
4. เชิญเดินตามทางนี้ (เชิญทางนี้)
   请走这边。(这边请。)
5. เราจัดการตามหลักนโยบาย
   我们按照政策原则办事。

情景会话

--- วันเสาร์นี้เราไปเที่ยวตลาดน้ำ ดีไหมคะ

这个礼拜六我们去游水上市场，好吗？

--- ดีค่ะ ไปกันกี่โมงคะ

好啊。几点钟出发？

--- หกโมง เจอกันที่ป้ายรถเมล์

6点钟在汽车站见面。

--- Ok ฉันจะไปตามเวลานัด

好的，我会按约定时间去的。

--- อย่าลืมแว่นกันแดดนะ แดดจ้า

别忘了戴墨镜，太阳光很强。

--- Ok ฉันจะทำตามคำสั่งของเธอ

好的，我会按你的吩咐做的。

单词一览

นัด	ก. 约定	หนังสืออธิบาย	น. 说明书
นก	น. 鸟	จัดการ	ก. 办事，处理
บิน	ก. 飞	หลักนโยบาย	น. 政策原则
ขั้นตอน	น. 步骤	ป้ายรถเมล์	น. 公共汽车站
กำหนด	ก. 规定	แว่นกันแดด	น. 太阳镜，墨镜
ประกอบ	น. 组装	จ้า	ว. 光线强烈

文化点滴

泰国总理府下属的"公务员委员会"是全国公务员的人事管理机关。泰国文官法规定，公务员指被任用在政府文职各部、公共团体及机关服务，并从预算拨款领取工资的人。包括中央及地方行政官员、立法、司法、检察机关官员、大学官员、教员。

92. เขามัวทำโปรแกรมใหม่
他埋头设计新程序。

基本句型

มัว... 埋头……、专心……

语法精讲

มัว 常放在动词前，表示“专心……，埋头……，沉湎于……”。如：มัวยุ่งอยู่กับงาน 埋头忙于工作。มัว 经常和แต่ 搭配，มัวแต่... 意思是“只顾……”。

举一反三

1. อย่ามัวเถียงกันอยู่เลย ถึงเวลาทำงานแล้ว
   别只顾吵架了，到上班时间了。
2. แกมัวเล่นเกม ไม่อยากทำเรื่องอื่น
   他沉湎于玩游戏，不想做其它的事。
3. เธอมัวแต่พูดของเธอ
   她只顾说她自己的。
4. พี่สะใภ้มัวชอปปิ้ง ลืมกลับบ้านไปหุงข้าว
   嫂子只顾买东西，忘了回家做饭。
5. อย่ามัวแต่เล่น
   别光顾着玩。

情景会话

--- ไม่ได้เจอกันตั้งนาน คุณมัวไปทำอะไรที่ไหนละคะ
好久不见，您在哪儿埋头忙什么呢？

--- หมู่นี้ ผมไม่ค่อยได้ไปไหนเลย มัวยุ่งอยู่กับงาน
　　最近我哪儿也没去，专心忙工作。

--- งานอะไรคะ ใช้เวลานานอย่างนี้
　　什么工作呀？花这么长时间？

--- ทำโปรแกรมใหม่น่ะครับ จึงต้องใช้เวลานาน
　　做个新程序，所以花的时间长。

--- เรื่องคอมพิวเตอร์นี่ ดิฉันไม่ค่อยรู้เรื่องเลย
　　电脑的事，我不太懂。

--- ไม่ต้องรู้ก็ได้ เดี๋ยวมัวแต่เล่น ไม่มีเวลาทำเรื่องอื่น
　　不懂也好，不然光玩电脑，没时间干其它的事。

单词一览

มัว ก. 埋头、专心	เธอ สรรพ. 她，他
แก สรรพ. 他	แต่ ว. 只
โปรแกรม น. 程序	พี่สะใภ้ น. 嫂子
เถียง ก. 争吵、吵架	หุงข้าว ก. 做饭
เกม น. 游戏	หมู่นี้ ว. 最近

文化点滴

　　泰国的自然资源丰富，主要包括矿产、生物和水力资源。主
要的矿产资源有：天然气、石油、煤、锡、钨、
锰、铁、锌、萤石、重晶石、石膏等。泰国的
宝石闻名于世，以红宝石和蓝宝石最为著名，
占他武里府是全国最大的宝石产地。

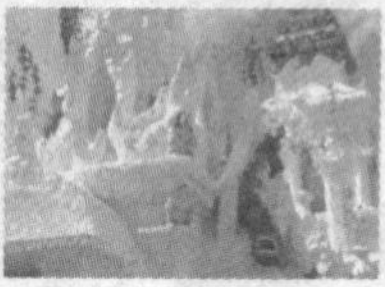

93. ได้ข่าวว่าเซี่ยงไฮ้จะรับนักท่องเที่ยว๗๐ ล้านคนในช่วงงาน World Expo 2010

听说上海在 2010 世博会期间将接待 7000 万游客。

基本句型

ได้ข่าวว่า... 听说……

语法精讲

"听说……"这个句型在泰语里有几种表达方式，可以是ได้ข่าวว่า 、ได้ยินว่า，也可以是ได้ยินเขาว่า 、เขาว่า 。

举一反三

1. ได้ข่าวว่า คุณสุดาจะไปศึกษาที่ออสเตรเลีย
   听说素达要去澳大利亚学习。
2. ได้ข่าวว่าทองคำจะขึ้นราคาแล้ว
   听说黄金要涨价了。
3. ได้ยินเขาว่า หนังจระเข้ของเมืองไทยถูกกว่า
   听说泰国的鳄鱼皮便宜些。
4. เขาว่า วิซ่าที่ไปอังกฤษขอยาก
   听说去英国的签证很难签。
5. ได้ข่าวว่า บริษัทซีพีจะมาลงทุนที่นี่
   听说正大公司要来这里投资。

情景会话

--- คุณหลินครับ ได้ข่าวว่าคุณจะไปเที่ยวเมืองไทย
林先生，听说你要去泰国旅游?

--- ครับ ไปอาทิตย์หน้าครับ จะฝากซื้ออะไรไหมครับ

是的，下星期去。需要我帮买什么东西吗？

--- เขาว่าที่โน่นมีฟาร์มจระเข้ เขมขัดหนังจระเข้ถูกที่สุด ฝากซื้อสักเส้นได้ไหมครับ

听说那里有鳄鱼湖，鳄鱼皮腰带最便宜。托你买一根好吗？

--- ไม่มีปัญหาครับ เขาว่าที่โน่นทองคำถูก อยากซื้อเครื่องทองไหม

没有问题。我听说那里黄金便宜。想买金器吗？

--- ไม่ต้องแล้ว ขอบคุณมากครับ

不用了，非常感谢。

单词一览

รับ ก. 接待	วิซ่า น. 签证
ช่วง น. 期间	บริษัทซีพี น. 正大公司
ออสเตรเลีย น. 澳大利亚	ฝาก ก. 托、委托
ทองคำ น. 黄金	เข็มขัด น. 腰带
หนัง น. 皮	เส้น น. 条，根
จระเข้ น. 鳄鱼	เครื่องทอง น. 金器

文化点滴

泰国森林覆盖率较高，分为常绿林和落叶林两种，落叶林中的柚木是十分名贵的树种。观赏花木在泰国很受重视，有上千个品种，兰花已成为每年创汇几亿铢的出口产品。主要的出口商品还有：纺织品、稻米、木薯、橡胶、宝石、电子元件、糖、玉米、锡等。进口商品以工业设备、原材料、半成品、石油和润滑油为主。

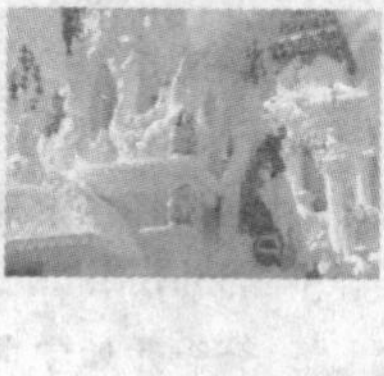

94.

เราได้เริ่มงานก่อสร้างสำหรับ World Expo 2010
我们开始了 2010 世博会的建设工作。

基本句型

เริ่ม... 开始……

语法精讲

เริ่ม 是动词，意为"开始"，它可以放在名词前面，形成动宾结构，如：เขาเริ่มประชุมแล้ว 他们开始开会了。เริ่ม 也可以放在名词后面，形成主谓结构，如：ประชุมเริ่มแล้ว 会议开始了。

举一反三

1. เด็กๆเริ่มสนใจอนาคตของตนเอง
   孩子们开始关心自己的将来了。
2. เราเริ่มปฏิบัติโครงการใหม่
   我们开始实施一个新计划。
3. ประชุมเริ่มแล้ว
   会议开始了。
4. เขาจะเริ่มปรึกษาปัญหานี้ในอาทิตย์หน้า
   他们将在下周开始讨论这个问题。
5. คุณปู่เริ่มเรียนคอมพิวเตอร์แล้ว
   爷爷开始学电脑了。

情景会话

--- กรุงเทพฯเริ่มก่อสร้างสะพานข้ามแม่น้ำเจ้าพระยาสะพานใหม่แล้ว จริงหรือเปล่าคะ
   曼谷开始修建新的跨湄南河大桥了，是真的吗？

--- เทศบาลกรุงเทพฯมีโครงการนี้ แต่ยังไม่ได้เริ่มครับ

曼谷市政府有这个计划，但还没有开始。

--- ใครๆก็ว่าเซี่ยงไฮ้เปลี่ยนแปลงไปมากในสองสามปีมานี้ คุณรู้สึกยังไงคะ

人们都说这两三年上海发生了很大的变化，您觉得呢？

--- เปลี่ยนแปลงไปมากจริงๆ ผมเกือบจะไม่รู้จักแล้ว

变化真大，我都快认不出了。

--- เดี๋ยวนี้ เทศบาลเซี่ยงไฮ้ได้เริ่มดำเนินโครงการก่อสร้างใหม่เสียแล้วค่ะ

现在，上海市政府又开始实施新的建设规划了。

--- คนเซี่ยงไฮ้เก่งจริงๆนะครับ

上海人真了不起！

单词一览

ก่อสร้าง	ก. 建造	เปลี่ยนแปลง	ก. 变化
สนใจ	ก. 关心	สองสามปีมานี้	ว. 两三年来
ตนเอง	สรรพ. 自己	เกือบ	ว. 几乎
ปฏิบัติ	ก. 执行、实行	ดำเนิน	ก. 实行
ปรึกษา	ก. 商量、讨论	เก่ง	ว. 能干、棒
เทศบาล	น. 市政府		

文化点滴

泰国的学制是小学6年、初中3年、高中3年、大学4年。大部分学校一年分两个学期，第一学期6月初开学，至10月初，假期约3星期。第二学期11月开学，至次年3月，4、5月为假期。在泰国私立学校与公立学校并存。

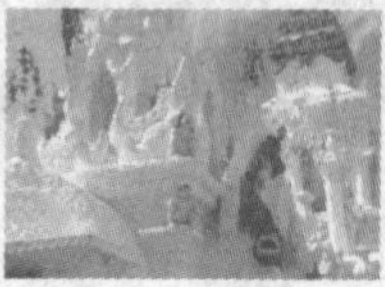

95. เรายินดีที่ได้พบคุณอีกใน World Expo 2010

我们很高兴能在2010世博会上再见到您。

基本句型

ยินดีที่... 很高兴做某事

语法精讲

ยินดี 是形容词，意思是"高兴、乐意"，它后面可以接关系副词ที่，引导一个句子，表示高兴或乐意做什么。

举一反三

1. ผมยินดีที่จะร่วมมือกับคุณ
   我很高兴与您合作。
2. ผมยินดีที่จะช่วย
   我很乐意帮忙。
3. ยินดีต้อนรับแขกที่มาจากเมืองไทย
   欢迎来自泰国的客人。
4. คุณชวลิตยินดีที่ได้มีโอกาสมาเยือนเมืองเซี่ยงไฮ้
   差瓦立先生很高兴有机会来上海访问。
5. คุณเฉินยินดีที่จะไปลงทุนที่กรุงเทพฯ
   陈先生很乐意去曼谷投资。

情景会话

--- สวัสดีครับ คุณหลิน
   你好，林先生！
--- สวัสดีครับ คุณอานาน ยินดีที่ได้พบคุณอีก

你好，阿南先生，再次见到您很高兴。

--- ผมก็เช่นกัน หมู่นี้งานยุ่งไหมครับ

我也一样。最近工作忙吗?

--- งานยุ่งมาก เราสั่งเข้าผลไม้ไทยเป็นจำนวนมาก

很忙。我们进口了许多泰国的水果。

--- มีอะไรที่ให้ผมช่วยไหมครับ ผมยินดีที่จะช่วย

有什么要我帮忙的吗? 我很乐意帮忙。

--- เรายังคิดจะสั่งเข้าผ้าไหมไทย คุณช่วยถามราคาที่เมืองไทยหน่อย ได้ไหมครับ

我们还想进口泰丝，您能帮忙问一下泰丝在泰国的价格吗?

--- ด้วยความยินดีครับ

乐意效劳。

单词一览

ได้ ก. 已经 ว. 能够	ผลไม้ น. 水果
ร่วมมือ ก. 合作	จำนวน น. 数量
เยือน ก. 访问	คิด ก. 想
เช่นกัน ว. 同样,一样	ผ้าไหม น. 丝、丝绸
สั่งเข้า ก. 进口	ด้วยความยินดี 乐意效劳

文化点滴

泰国国立朱拉隆功大学是泰国历史上创建的第一所高等学府，以曼谷王朝五世王朱拉隆功的名字命名。朱拉隆功大学现有十八个系及一些学校、学院和从事教学及相关活动的科研所。朱拉隆功大学在很多方面被视作泰国高等教育的先驱，常受到同行及公众的密切关注，指引着国家高等教育的发展方向。

96. ห้ามทิ้งขยะไม่เป็นที่
严禁乱扔垃圾。

基本句型

ห้าม... 禁止……

语法精讲

ห้าม 意思是“严禁、禁止”，其后可以接动词、动词短语或句子，表示禁止做某事。

举一反三

1. ห้ามสูบบุหรี่
   禁止吸烟。
2. ห้ามเข้า
   禁止入内。
3. ห้ามเสพยาเสพติด
   禁止吸毒。
4. ห้ามถ่ายภาพ
   禁止拍照。
5. ห้ามใช้ภาษาไม่สุภาพ
   禁止使用不文明的语言。

情景会话

--- พระองค์นี้สวยจังเลย
这尊佛像真美啊！

--- ค่ะ ช่วยถ่ายรูปให้ฉันหน่อย ได้ไหม

是的。帮我照张相好吗？

--- ไม่ได้ ข้างในห้ามถ่ายรูป

    不行。里面不让照相。

--- ใครบอกว่าข้างในห้ามถ่ายรูป

    谁说里面不让照相？

--- นี่ไง มีป้ายเขียนไว้

    这不是吗，有牌子写着呢。

--- เออ จริงด้วย ขอบคุณที่เตือนฉัน

    啊，真的呢。谢谢你提醒我。

单词一览

ห้าม	ก. 严禁、禁止	เข้า ก. 进入
ทิ้ง	ก. 扔	เสพ ก. 吸(毒)
ขยะ	น. 垃圾	ยาเสพติด น. 毒品
ที่	น. 地方、地点	ถ่ายรูป ก. 拍照、照相
บุหรี่	น. 烟	สุภาพ ว. 文明、礼貌
สูบ	ก. 抽、吸	เตือน ก. 提醒

文化点滴

    除朱拉隆功大学外，泰国著名的高等学府还有法政大学(以政治学为主、与朱大齐名)、农业大学、艺术大学、玛希敦大学、诗纳卡琳威洛大学、清迈大学、素可泰大学、兰甘亨大学、亚洲理工学院、易三仓大学等。

97. การรักษาสิ่งแวดล้อมเกี่ยวข้องกับคนเราทุกคน

环境保护关系到我们每一个人。

基本句型

เกี่ยวข้องกับ... 与……有关 关系到……

语法精讲

เกี่ยวข้อง 是动词，意思是"有关、相干"，กับ 是前置词，意思是"与、和"，其后可接词、短语或句子，表示相关的人或事。

举一反三

1. ผมไม่มีส่วนเกี่ยวข้องกับเขาเลย
   我与他没有关系。
2. การแข่งขันครั้งนี้เกี่ยวข้องกับคนเราทุกคน
   这次比赛关系到我们每一个人。
3. ฉันไม่ต้องการที่จะเกี่ยวข้องกับเรื่องอย่างนี้
   我不需要和这样的事有关系。
4. การสอบครั้งนี้มีส่วนเกี่ยวข้องกับอนาคตของเธอ
   这次考试关系到她的前途。
5. การพัฒนาเศรษฐกิจเกี่ยวข้องกับคนเราทุกคน
   发展经济关系到我们每个人。

情景会话

--- คุณจางคะ คุณชอบกรุงเทพฯไหมคะ
张先生，你喜欢曼谷吗?

--- กรุงเทพฯเป็นเมืองที่สวยงาม แต่ที่น่าเสียดายคือ อากาศไม่ดีเลย

曼谷是个美丽的城市，但遗憾的是空气太差。

--- ค่ะ ปัญหาสิ่งแวดล้อมมีอยู่ในประเทศพัฒนาทุกประเทศ

是啊，环境问题是每个发展中国家都存在的问题。

--- ที่จริง การรักษาสิ่งแวดล้อมเกี่ยวข้องกับคนเราทุกคน

其实，环境保护关系到我们每个人。

--- ค่ะ แต่บางคนคิดว่า เรื่องนี้ไม่เกี่ยวข้องกับเขา

是的，但有些人认为这件事和他们没有关系。

--- นี่แหละ ต้นเหตุ เราทุกคนต้องให้ความสำคัญกับปัญหาสิ่งแวดล้อม

这正是问题的所在，我们人人都应重视环境问题。

单词一览

รักษา ก. 保护	อากาศ น. 空气
ส่วน น. 部分	ประเทศพัฒนา น. 发展中国家
ต้องการ ก. 需要	ทุก ว. 每、每一
อย่าง น. 样	ที่จริง ว. 其实、事实上
สอบ ก. 考试	แหละ ว. 语助词
พัฒนา ก. 发展	ต้นเหตุ น. 原因 起因
เสียดาย ว. 可惜、遗憾	ให้ความสำคัญ ก. 重视

文化点滴

　　正大集团是泰国唯一的跨国公司，其创始人是谢易初和谢少飞兄弟。起初经营肥料贸易，其后创办饲料加工厂，后逐步发展成为泰国最大的农工业集团。目前，集团正积极向农工业之外的其他产业发展，并进一步向海外发展。

98. เราตกลงจะทำการค้าขายรายนี้

我们决定做这笔买卖。

基本句型

ตกลงจะ... 决定……

语法精讲

ตกลง 动词，意思是“决定”，จะ 是助动词，意为“将”，表示将来要进行的动作。其后可以接动词、短语或句子，表示所决定的内容。

举一反三

1. เราตกลงจะซื้อเครื่องโทรทัศร์ใหม่
   我们决定买新电视。
2. คณะผู้แทนตกลงจะเลื่อนเวลาการออกเดินทาง
   代表团决定推迟行期。
3. คุณหลี่ตกลงจะไปเรียนที่ต่างประเทศ
   李先生决定出国学习。
4. เขาตกลงจะไปไหมคะ
   他决定去吗？
5. ทางบริษัทตกลงจะตั้งสาขาที่ปักกิ่ง
   公司决定在北京设立分部。

情景会话

--- ปีหน้าก็จะสำเร็จการศึกษาแล้ว คุณตกลงจะหางานทำหรือสอบโทครับ
明年就毕业了，你决定找工作还是考硕士？

--- ผมจะสอบปริญญาโท

我决定考研究生。

--- ทำไมครับ

为什么?

--- งานหายาก คุณล่ะครับ

工作很难找。你呢?

--- ผมยังไม่ได้ตกลง อาจจะทำงานก่อน

我还没决定，可能先工作。

--- ทำไมไม่ต่อโทละครับ

为什么不继续读研呢?

--- ผมต้องการหาเงินมาเลี้ยงตนเองครับ

我需要挣钱养活自己。

单词一览

ตกลง ก. 决定	หา ก. 找
เครื่องโทรทัศร์ น. 电视机	ปริญญาโท น. 硕士
ใหม่ ว. 新的	ยาก ว. 难
ลื่นเวลา ก. 推迟	ต่อ ก. 继续,接着
สาขา น. 分部、分支	หาเงิน ก. 挣钱
สำเร็จการศึกษา ก. 毕业	เลี้ยง ก. 供养、养活

文化点滴

泰国财政收入的主要来源是税收，财政支出主要用在经济、教育、卫生、国防、内部治安、行政、还债等方面。泰国的经济政策具有强制性，政府对金融的管制主要通过银行进行，对外币实行适当管理的政策。

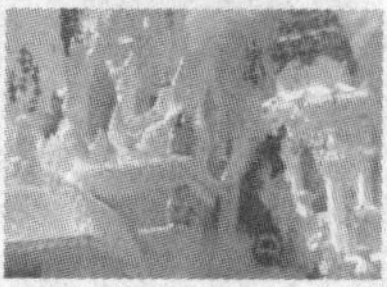

99.

นี่ขึ้นอยู่กับราคาที่คุณแจ้งมา

这取决于你们的报价。

基本句型

ขึ้นอยู่กับ... 取决于……

语法精讲

ขึ้นอยู่กับ... 意思是"取决于……"、"以……为转移",它后面可以接词、短语或句子。

举一反三

1. ไปหรือไม่ไปขึ้นอยู่กับอากาศ
   去还是不去取决于天气。
2. ลูกค้าจะซื้อหรือไม่ซื้อขึ้นอยู่กับคุณภาพสินค้า
   顾客买不买取决于商品的质量。
3. นี่ขึ้นอยู่กับประเพณีของชาวบ้าน
   这取决于村民们的风俗习惯。
4. นี่ขึ้นอยู่กับความพยายามของเรา
   这取决于我们的努力。
5. ราคาสินค้าขึ้นอยู่กับตลาด
   商品的价格取决于市场。

情景会话

--- คุณว่า เราผลิตสินค้าชนิดไหนดีกว่าคะ
    你说,我们生产哪种产品好些?
--- นี่ขึ้นอยู่กับความต้องการของตลาดครับ

这取决于市场的需求。

--- สินค้าที่ตลาดต้องการก็ขายดี ใช่ไหมคะ
市场需要的产品就畅销，对吗？

--- ใช่ครับ แต่ตลาดมันเปลี่ยนแปลงอยู่ตลอดเวลา
是的。但是市场是在不断变化的。

--- งั้นทำยังไงดีล่ะคะ
那怎么办好呢？

--- นี่ก็ขึ้นอยู่กับความสามารถในการวิเคราะห์ของคุณแล้ว
这就取决于你的分析能力了。

单词一览

ลูกค้า น. 顾客	ผลิต ก. 生产
สินค้า น. 商品	ชนิด น. 种类
คุณภาพ น. 质量	ความต้องการ น. 需要 需求
ประเพณี น. 风俗习惯	มัน สรรพ. 它
พยายาม ว. 努力	ความสามารถ น. 能力
ตลาด น. 市场	วิเคราะห์ ก. 分析

文化点滴

泰国人说话时常在句末加上助词 ครับ คะ ค่ะ，以示礼貌。ครับ是男性使用的语尾助词或应声词，คะ 为女性使用，用于问话，ค่ะ 为女性使用，用于叙述或回答。除了表示礼貌外，在应答句中还可以表示"唉"，"是"，"好" 等含义。

100. ดื่มอวยพรเพื่อความร่วมมือของเรา 为我们的合作干杯。

基本句型

ดื่มอวยพรเพื่อ... 为……干杯

语法精讲

ดื่ม 是动词，意思是“喝、饮”，อวยพร 也是动词，意思是“祝福、祝愿”，เพื่อ 是连词，意思是“为了”。泰语说“为了……而饮酒祝福”也就是我们汉语所说的“为……干杯”。

举一反三

1. ดื่มอวยพรเพื่อสุขภาพของเพื่อน ณ ที่ นี้ทุกท่าน
   为在座朋友们的健康干杯。
2. ดื่มอวยพรเพื่อมิตรภาพระหว่างประชาชนจีนกับประชาชนไทย
   为中泰两国人民的友谊干杯。
3. ดื่มอวยพรเพื่ออนาคตที่สวยงามของเรา
   为我们美好的未来干杯。
4. ดื่มอวยพรเพื่อความเจริญไพบูลย์ของราชอาณาจักรไทย
   为泰王国的繁荣昌盛干杯。
5. ดื่มอวยพรเพื่อความสุขของเรา
   为我们的幸福干杯。

情景会话

--- คุณสมชายครับ ขอบคุณที่มาลงทุนที่เซี่ยงไฮ้ครับ
颂差先生，感谢您来上海投资。

--- เซี่ยงไฮ้เป็นมหานครที่มีชื่อเสียงโด่งดัง เป็นศูนย์กลางการคลัง
ใครๆก็อยากมาลงทุน และทำการค้าขายที่นี่
上海是著名的大都市，金融中心，谁都想来这投资经商。
--- ขอบคุณมากครับ หวังว่าความร่วมมือของเราดำเนินไปด้วยดี
非常感谢。希望我们合作愉快。
--- เดี๋ยวนี้ ข้าพเจ้าขอเชิญชวนท่านทั้งหลายดื่มอวยพรเพื่อความร่วมมือฉันมิตรของเรา
现在，我提议为我们的友好合作干杯！

单词一览

สวยงาม ว.	美好	ทำการค้าขาย ก.	经商
ราชอาณาจักรไทย น.	泰王国	หวัง ก.	希望
เจริญไพบูลย์ ว.	繁荣昌盛	ข้าพเจ้า สรรพ.	我
ความสุข น.	幸福	เชิญชวน ก.	邀请
มหานคร น.	大都市	ทั้งหลาย ว.	全体，各位
ชื่อเสียง ว.	名声，声誉	ความร่วมมือ น.	合作
การคลัง น.	金融	ฉัน ว.	那样，那般
ศูนย์กลาง น.	中心	มิตร ว.	朋友，友人

文化点滴

　　泰国金融业的主体是银行。国营的非商业银行有四家：泰国
银行、国家储蓄银行、农业和农业合作银行、
政府住宅银行。主要的商业银行大多是私营银
行，著名的有盘谷银行、泰京银行、泰国农民
银行、泰商银行等。

附录一

表达时间的书面形式与口头形式

๐๑.๐๐ น.(นาฬิกา)	ตี ๑	1点
๐๒.๐๐ น.(นาฬิกา)	ตี ๒	2点
๐๓.๐๐ น.(นาฬิกา)	ตี ๓	3点
๐๔.๐๐ น.(นาฬิกา)	ตี ๔	4点
๐๕.๐๐ น.(นาฬิกา)	ตี ๕	5点
๐๖.๐๐ น.(นาฬิกา)	๖โมง	6点
๐๗.๐๐ น.(นาฬิกา)	๗โมง (โมงเช้า)	7点
๐๘.๐๐ น.(นาฬิกา)	๘โมง (๒โมงเช้า)	8点
๐๙.๐๐ น.(นาฬิกา)	๙โมง (๓โมงเช้า)	9点
๑๐.๐๐ น.(นาฬิกา)	๑๐โมง (๔โมงเช้า)	10点
๑๑.๐๐ น.(นาฬิกา)	๑๑โมง (๕โมงเช้า)	11点
๑๒.๐๐น.(นาฬิกา)	๑๒โมง (เที่ยง)	12点
๑๓.๐๐ น.(นาฬิกา)	บ่ายโมง	13点
๑๔.๐๐ น.(นาฬิกา)	บ่าย๒โมง	14点
๑๕.๐๐ น.(นาฬิกา)	บ่าย๓โมง	15点
๑๖.๐๐ น.(นาฬิกา)	๔โมงเย็น	16点
๑๗.๐๐ น.(นาฬิกา)	๕โมงเย็น	17点
๑๘.๐๐ น.(นาฬิกา)	๖โมงเย็น	18点
๑๙.๐๐ น.(นาฬิกา)	(๑)ทุ่ม	19点
๒๐.๐๐ น.(นาฬิกา)	๒ทุ่ม	20点

๒๑.๐๐ น.(นาฬิกา)	๓ทุ่ม	21 点
๒๒.๐๐ น.(นาฬิกา)	๔ทุ่ม	22 点
๒๓.๐๐ น.(นาฬิกา)	๕ทุ่ม	23 点
๒๔.๐๐ น.(นาฬิกา)	เที่ยงคืน	24 点

附录二

泰语数字的表达形式

（1）基数：

①个位数：

数字	小写	大写	数字	小写	大写
1	๑	หนึ่ง	6	๖	หก
2	๒	สอง	7	๗	เจ็ด
3	๓	สาม	8	๘	แปด
4	๔	สี่	9	๙	เก้า
5	๕	ห้า	10	๑๐	สิบ

②十位数：

数字	小写	大写	数字	小写	大写
10	๑๐	สิบ	20	๒๐	ยี่สิบ
11	๑๑	สิบเอ็ด	21	๒๑	ยี่สิบเอ็ด
12	๑๒	สิบสอง	30	๓๐	สามสิบ

13	๑๓	สิบสาม	40	๔๐	สี่สิบ
14	๑๔	สิบสี่	31	๓๑	สามสิบเอ็ด
15	๑๕	สิบห้า	51	๕๑	ห้าสิบเอ็ด
16	๑๖	สิบหก	53	๕๓	ห้าสิบสาม
17	๑๗	สิบเจ็ด	99	๙๙	เก้าสิบเก้า
18	๑๘	สิบแปด	62	๖๒	หกสิบสอง
19	๑๙	สิบเก้า	75	๗๕	เจ็ดสิบห้า

③ หนึ่ง สิบ ร้อย พัน หมื่น แสน ล้าน สิบล้าน ร้อยล้าน
　　个　十　百　千　万　十万　百万　千万　亿

泰语基数 100 至 100 万的整数是"หนึ่ง"时，在口语中可以把
"หนึ่ง"放在前面或后面。如：1000，หนึ่งพัน 或说พันหนึ่ง；10000，
หนึ่งหมื่น 或说 หมื่นหนึ่ง。

（2）序数
泰语的序数表达形式是：ที่ + 基数，例如：ที่๑第一；ที่๒第二；ที่๕
第五；ที่๑๓ 第十三；等等。

附录三

泰语语音简表

泰语属于拼音文字，共有四十二个辅音字母，三十七个元音
字母，五个声调，四个声调符号。

一、辅音
泰语四十二个辅音字母的排列顺序：

ก ข ค ฆ ง จ ฉ ช ซ ฌ ญ ฎ ฏ ฐ ฑ ฒ
ณ ด ต ถ ท ธ น บ ป ผ ฝ พ ฟ ภ ม ย
ร ล ว ศ ษ ส ห ฬ อ ฮ

二、元音

泰语三十七个元音字母的排列顺序：

-ะ -า -ิ -ี -ึ -ื -ุ -ู
เ-ะ เ- แ-ะ แ- โ-ะ โ- เ-าะ -อ
เ-อะ เ-อ เ-ีย เ-ือ -ัว -ัย ไ- ใ-
-าย -ุย โ-ย -อย เ-ย เ-า -าว เ-ว
แ-ว เ-ียว เ-ือย -วย

元音可以分为单元音、双元音和三元音三种，即：

1. 单元音十八个

-ะ -า -ิ -ี -ึ -ื -ุ -ู เ-ะ
เ- แ-ะ แ- โ-ะ โ- เ-าะ -อ เ-อะ เ-อ

2. 双元音十六个

เ-ีย เ-ือ -ัว -ัย ไ- ใ- -าย -ุย
โ-ย -อย เ-ย เ-า -าว -ิว เ-ว แ-ว

3. 三元音三个

เ-ียว เ-ือย -วย

除上述辅音、元音外，泰语中还有五个比较特殊的音节音，即：
-ำ ฤ ฤา ฦ ฦา

三、泰语的声调符号

泰语的声调具有区别意义的作用。声调符号须写在辅音的右上角，如果辅音上方有元音，则写在元音之上。

第一声调 声调中平，略低于北京话的阴平，调值33，书写时不加声调符号。长元音、辅音以及辅音与长元音相拼，发第一声调。

第二声调 声调低平，调值21，用声调符号“ ่ ”表示。短元音以及中辅音、高辅音与短元音相拼的音节本身就发第二声调，不必再加声调符号。

第三声调 降调，调值41，用声调符号“ ๊ ”表示。

第四声调 声调高平，调值45，用声调符号“ ๊ ”表示。

第五声调 升调，调值14，用声调符号“ ๋ ”表示。

附录四

泰语元音、辅音与国际音标对照表

泰语单元音	国际音标	泰语复元音	国际音标
-ะ	a	เ-ีย	i: a
-า	a:	เ-ือ	ɯ: a
-ิ	i	-ัว	u: a
-ี	i:	-ัย ไ- ใ-	ai
-ึ	ɯ	-าย	a: i
-ื	ɯ:	-ุย	ui
-ุ	u	โ-ย	o: i
-ู	u:	-อย	ɔ : i
เ-ะ	e	เ-ย	ɤ : i
เ-	e:	เ-า	au
แ-ะ	ɛ	-าว	a:u
แ-	ɛ:	-ิว	iu
โ-ะ	o	เ-ว	e:u
โ-	o:	แ-ว	ɛ: u
เ-าะ	ɔ	เ-ียว	i:au
-อ	ɔ:	เ-ือย	ɯ:ai
เ-อะ	ɤ	-วย	u:ai